DIARY
NG
PANGET
Book 2

written by HaveYouSeenThisGirL

PSICOM PUBLISHING, INC.

DIARY NG PANGET
Book 2
By HaveYouSeenThisGirl

Please visit us on Facebook:
facebook.com/psicompublishing

Follow us on Twitter
@Officialpsicom

TUNGKOL SA MANUNULAT:

Si HaveYouSeenThisGirL, kilala rin bilang Denny sa internet world, ay isang 19 years old Graphic Advertising student sa Italy (dugong pinoy pa din at hindi kelanman kinakalimutan ang sariling wika). Bukod sa pagsusulat, hilig niya din ang magdrawing at mag-paint, pati na rin ang kumain. She's a big fan of books at nangongolekta din siya ng shoujo manga. Diary Ng Panget ang kauna-unahang published book niya. Aminado siyang amateur writer pa lang siya at kelangang mag-improve pero she will do her best because for her, writing is a passion. She's a happy kid. ♥

www.haveyouseenthisgirlstories.com
https://twitter.com/diarynidenny
http://www.facebook.com/haveyouseenthisgirlstories

I dedicate this book to...
the person reading this.
Mapangiti ka sana ng librong ito.

ANG PAHINANG ITO AY NAKALAAN SA MGA TAONG NAGPASAYA SAKIN:

Madami akong dapat pasalamatan, pwede na akong gumawa ng isang libro sa dami ng dapat kong pasalamatan pero hindi ko man kayo mabanggit lahat, alam niyo na naman kung sinu-sino kayo. *wink*

♥ Salamat kay God, tinupad mo po ang pangarap ko.

♥ Salamat sa PSICOM Publishing Inc. esp. to Mr. Gabriel and Ms. Khuey for giving an amateur like me a chance to publish a book. Hindi ko po sasayangin ang chance na ito, promise!

♥ Salamat sa dalawa kong bebe bestfriends: Aila & Viency (mahal ko kayo forever kahit 3 years na tayong hindi nagkikita).

♥ Salamat sa SCS: Shamie(taba) Ate Anne(Yuanne, ate bella) Ate Shiela(B1) Ravia(sexy) at Joem(bro).

♥ Salamat sa buong 4-BEC ng batch 2009-2010. Miss ko na kayo!

♥ Salamat kay Jihad, for being there for me!

♥ Salamat sa family and relatives ko, lalo na sa mga cute kong pinsan! Haha!

♥ Salamat po sa mga online readers ko! Uyy aminin, wala itong book na ito kung wala kayo! Hihi! Special HELLO *kaway kaway* sa wifey Alyloony ko! Hihi!

♥ Salamat sa admins ng twitter account ng Diary Ng Panget (@diary_ng_panget) na sina Maria Melissa Sison, Chloe Angela Frias at Riza Bea Cangayo for being very active and helpful.

Ayun, salamat po ha?
Ah! May isa pa pala akong gustong pasalamatan.

Salamat Denny, salamat sa sarili ko for not giving up and loving what you do . Salamat for following your dreams. Wala ito kung wala ka ♥

WHAT THEY SAY ABOUT DIARY NG PANGET

"Funny! Light! Enchanting! A book that once you open, it gets harder to put down every time you turn the page. Eya is the insecure girl in everyone of us, it is amazing how one can easily relate to her and how every situation just makes you take a deep breath and sigh while saying, "Yeah. That's me. A girl no one notices because of ugliness." But then, while reading, you get to realize that it isn't always what's on the outside that matters.

This is a story that will make you laugh out loud; it will make you roll on the floor while *kinikilig* and will definitely bring out the butterflies in the stomach, the stuttering, that innocent feeling of having a crush. This is a diary which reflects beauty as something that also comes from within and love as something that is possible for everyone."

- ***Bianca Salindong,*** *Author of One Hundred and One Reasons & Fourteen Sundays*

"Marso ng 2011, tandang tanda ko pa, una kong nakita ang DNP sa wattpad. Una ko pa lamang yon nakita ay sinubaybayan ko na s'ya

8

hanggang sa matapos ito. Nakakatawa kasi at kakilig-kilig ang bawat kabanatang napapaloob sa kwentong ito. At nung nalaman kong naging libro na siya, agad akong pumunta sa pinakamalapit na National Bookstore para bumili nito. At — Mayo ng 2013, isang déjà vu ang nangyari sa'kin. Kung ano ang naramdaman ko noong dalawang taong nakakalipas ay ganoon na ganoon pa din! Hindi ko mapigilan ang aking sariling mapatawa ulit at kiligin habang nagbabasa sa librong ito. Kudos to HaveYouSeenThisGirL!"

- Zara also known as Filipina in Wattpad (Author of I'm Dating the Ice Princess)

"Hindi katangkaran, may malapad na noo, may mala walis tambo na buhok, at may kulto ng mga pimples sa mukha. Ayan ang features ni Reah Rodriguez. Normal lang ang buhay niya bilang isang college student yun nga lang, ng palayasin siya sa mala vintage niyang apartment at magsimulang magtrabaho bilang Personal Maid ng gwapong gwapo pero mala halimaw na si Cross Sandford, naging abnormal na ang normal niyang pamumuhay. Idagdag mo pa ang crush niyang mahilig mag power trip na si Chad Rodriguez na inlove sa napaka ganda niyang best friend na si Lorraine Keet na kasalukyang patay na patay sa kanyang cookie monster este master na si Cross.

Magulo, nakakabaliw, nakaka-abnormal pero nakakatawa, nakakakilig at puno ng sparkling moments like Edward Cullen under the sun. Isang kwentong magpapasakit sa mga tiyan niyo sa kakatawa at magpapaihi sa inyo sa sobrang kilig."

- ***Alyloony*** *(Wattpad Author)*

B A M B I E ♥ @itsmebambiee 18 May
@Officialpsicom Ecstatic to see my favorite story on book! I can see that it was written and published with love. This is the best :)
View conversation Reply Retweeted Favorited More

CertifiedMUSIClover @journalnilouis 17 May
@Officialpsicom DNP is a slim volume that reads quickly, so you'll emerge cleansed by the happiness and uniqueness of the story.
Expand Reply Retweeted Favorited More

Fe Angeli L. Tomale @babylovesheart 17 May
@Officialpsicom The long wait was worth it! Some things are SWEETER, BETTER and FUNNIER the second time around, and #DNP is no exception!
Expand

Lyan So @thatsoolyan 17 May
@Officialpsicom Hilarious. It'll make you laugh so hard your stomach will hurt so bad, what more when you read the rest of the story right?!
View conversation

Je ⚡ @_jeanea 17 May
@Officialpsicom reading DNP has been a roller coaster ride of emotions. You'll laugh, cry, and swoon! Mostly, you'll cry of laughing so hard
View conversation

by Nica Grana

MUNTING KWENTO MULA SA MANUNULAT

2010, 16 years old ako nun nung maisipan kong gumawa ng story tungkol sa isang babaeng hindi kagandahan na nainlove sa pogi at mayamang lalaki, clichè sya alam ko pero gusto ko kasing gumawa noon ng story na simple lang at hindi masyadong kumplikado. I wanted to write something "light", kumbaga pampalipas oras lang talaga. Pero bigla akong naging busy sa school, dumami ang assignments, projects, quizzes, exams at kung anu-ano pa kaya naman naiwan ko sa ere yung prologue at hindi ko na naituloy. Wala na kasi talaga akong time nun mag-internet.

2011, 17 years old ako nun nung ako'y walang magawa sa bahay at hindi alam ang gagawin sa harap ng computer (summer kasi) kaya naisipan kong buksan ang account ko sa forum na pinagsusulatan ko at nakita ko yung "prologue" na pinost ko dati nung 2010, may ilang nag-iwan ng comments na nagsasabing nagustuhan nila yung prologue, napaisip ako "Maituloy kaya ito?"

Dahil nabobored ako noon at walang magawa, tinuloy ko siya, pinost ko ang mga kasunod na chapters sa Wattpad. Doon sa Wattpad, nung una isa o dalawa lang yung nagko-comment pero tuwang tuwa na ako. Update lang ako nang update ng chapters kapag may time ako, hindi ko namalayan dumadami na pala yung nagbabasa, hindi ko nga alam kung kelan o kung paano sila nagsimulang dumami basta ang alam ko lang natutuwa akong basahin ang mga comments nila lalo na yung mga nagsasabing napatawa ko daw sila ng husto sa update. Hindi talaga ako makapaniwala na may napapatawa ako sa kwento kong ito, I mean napaka-corny kong tao (aminado ako) pero nakakatuwa kasi kahit corny ako may napapatawa ako.

Tinatanong ng iba, "Ate Denny, paano ba gumawa ng kwento na nakakatawa?" Hindi ko alam ang isasagot kasi hindi ko talaga alam kung paano ako nakagawa ng kwentong nakakatawa, nagtataka nga rin ako kung bakit andaming natawa sa kwentong Diary ng Panget. Pero masaya ako kasi kahit hindi ito ang pinakamagandang kwento, atleast may napatawa ako, may napasaya ako, may naparelax at nawala ang stress sa pamamagitan ng kwentong ito.

May dalawa akong e-mail address na ginagamit, si email #1 at si email #2. Ginawa ko lang naman si email #2 para sa website ko pero pagtagal tinamad na akong gamitin si email #2, masyadong busy to handle 2 accounts kaya nag-stick na lang ako sa email #1 hanggang sa hindi ko na talaga ginamit pa si email #2.

November 24, 2012

Hindi ko alam kung anong ispirito ang sumapi sakin at naisipan kong buksan muli si email #2. Ang tagal ko na syang hindi nabubuksan at ewan ko talaga kung bakit ko biglang naisipang buksan siya. Nakita ko ang dami ng mga unread messages, hindi ko sila binubuksan basta next lang ako nang next na para bang may hinahanap akong kung ano, wala akong ideya kung bakit ako next nang next ng walang dahilan. Parang may tumutulak sakin nun na maghalungkat sa mga lumang messages and BOOM! Nasa 4th or 5th page na ata ako nun ng inbox ko sa Gmail nang makita ko yung isang agaw pansin na subject title ng isang message.

from PSICOM Publishing

Nanlaki ang mga mata ko at binasa ko ulit yung title, kilala ko yang publishing company na yan kaya kinakabahan akong buksan, sabi ko sa isip ko, "Seryoso ba 'to? Joke kaya?"

Pagkabukas ko nabasa kong gusto nilang ipublish ang Diary ng Panget. Feeling ko tumigil saglit ang puso ko at parang na-inhale ko lahat ng oxygen sa paligid sa sobrang shock sa nabasa ko. Ang reply ko pa sa kanila, "SCAM BA 'TO?" Hahaha! Hindi kasi talaga ako makapaniwala.

14

(Now that I think about it, medyo nakakahiya ang reply ko sa kanila. Hehe!) Another thing na nakakatawa dito ay yung message nila ay sinend noong **September 25, 2012** pa, yes after 2 months ako nagreply sa kanila! Grabe kamuntik ko ng palampasin itong pagkakataon na ito, siguro si God na bumatok sakin at sinabing "hoy buksan mo na yung email mo may surprise ako sayo!" Kaya siguro next ako nang next na parang may hinahanap, tinutulak siguro ako ni God para mabasa ko yung importanteng message ng PSICOM.

Malaking blessing ito sa buhay ko, hindi ko in-expect ang lahat, nagsulat lang talaga ako kasi hilig ko ito at ito yung nagpapalipas sa oras ko sa tuwing nabobored ako pero ito ngayon, from internet to a published book! Sobrang grateful ako sa lahat ng ito!

Thank you sa lahat lalong lalo na sa mga readers ko, ang totoo kasi niyan wala talaga itong librong ito kung wala sila. ♥

Gusto ko din ipaalam sa mga mambabasa na ang gumagawa ng book covers ng Diary ng Panget ay si Irene Villar, hulaan nyo kung ilang taon lang siya ng gawin niya ang cover ng 1st book? 14 years old! She just turned 15. Ang bata niya diba pero sobrang talented na! Proud ako sa kanya!

by Blessie Dominguez

Chapter 1

"Ako, mahal kita. Ako na lang please, I promise to make you happy. So please be my girlfriend."

"Dude, are you gay?"

Tinakpan ko ang mukha ko ng palad ko dahil hindi ko mapigilan ang kahihiyan na nararamdaman ko pagkaalala ko sa nangyari sa party ni Lory. Nagbirthday party kasi si Lory nung isang araw lamang at masquerade ang theme ng party niya, tapos si Chad na napag-alaman kong nililigawan si Lory ay niyaya akong isali sa plan niya. He gave me a necklace na may trasmitter na dapat ko daw ibigay kay Lory before midnight kasi pagpatak ng hatinggabi ay papatayin niya ang ilaw at kunwaring kikidnapin niya daw si Lory.

Unfortunately, nadapa ako pagkapatay ng ilaw at nabitawan ko yung necklace sa sahig and unfortunately again natapakan ito ni Cross at siya ang nakuha ni Chad sa kadiliman. Ang tungaks niya, hindi niya man lang naramdaman na panlalaki yung kamay na hinawakan niya.

Huhu, ayoko na ngang alalahanin pa at naiinis ako sa sarili ko kapag naaalala ko lang yung mga kaewanan na nangyari nung gabing yun.

"Grabe talaga, nakakahi--- aray!" napatigil ako sa paglalakad kasi habang nakatakip ang mukha ko ng palad ko ay biglang may bumunggo sakin. Tinanggal ko ang palad ko sa mukha ko at inangat ko ang mukha ko, nanlaki ang mga mata ko nang makita ko kung sino nakabunggo ko – si Chad!

"Eya..."

Okay, kelangan siya talaga agad ang makita ko ngayong Monday? Patay ako nito, nagkatinginan lang kami at hindi ko alam ang gagawin ko, ang seryoso kasi nung mukha niya. Galit pa kaya siya sakin? The last time na nagkita kasi kami ay nung sa party pa at sinigawan niya ako. Kinakabahan ako sa kanya! Ahh!

"We need to talk."

Uh oh. Hindi ko gusto yung sinasabihan ako ng "we need to talk" para kasing hindi maganda ang pag-uusapan kaya naman sa kaba ko napaatras ako ng hakbang pero pagkaatras ko ay humakbang naman siya palapit sakin.

"Eya."

He's not even calling me Peppy! Huhu! Bakit ba ang seryoso niya, tinatakot niya ako! Ayoko na nga, di ko na keri ang kaba kaya tumalikod ako sa kanya at AHH! Tumakbo ako palayo. Ewan ko ba kung bakit ako tumakbo, basta ang nasa isip ko lang ay mapalayo sa kanya kasi hindi ko alam ang sasabihin ko sa kanya at hindi pa ako ready na harapin siya upang mapagalitan niyang muli.

Hinahabol naman niya ako at tinatawag pero hindi ko siya nililingon at panay lang ang takbo ko. Oo, gusto ko rin naman siyang makita ngayon upang makapag-sorry sa kanya pero biglaan naman kasi, umagang-umaga nakasalubong ko kaagad siya. Hindi pa nga prepared yung utak ko para mag-function, kaya naman automatic na napatakbo ako palayo sa kanya. Instict ko na kumbaga ang iwasan siya. Pero hindi kaya mas magalit siya sa ginawa ko ngayon? I mean tinatawag niya ako kanina, hindi kaya kelangan niyang makipag-usap sakin, medyo bastos din kasi yung ginawa kong pagtalikod at pagtakbo sa kanya. Habang tumatakbo sinubukan kong lumingon ng isang beses para tingnan kung sumusunod pa ba siya sakin, pero habang nakalingon ako hindi ko namalayan na nasa may dulo na pala ako ng corridor at sa dulo ng corridor ay may likuan at mula dun sa likuan na yun, may sumulpot na nilalang na siyang nakabunggo ko at BOOGSH! Sa lakas ng impact nang pagkakabunggo namin sa isa't isa ay napaupo ako sa malamig na semento ng corridor

"HOY IKAW! TUMINGIN KA NGA SA DINADAANAN MO!" galit at masungit na sabi ni Cross. Unfortunately si Cross Sandford ang nakabunggo ko, sa lahat-lahat naman ng makakabunggo ito pang cookie monster na may period. Tumayo na ako at nag-sorry na lang sa kanya, wala akong time makipagtalo sa kanya ngayong umaga.

"Anong problema mo? Bakit umagang-umaga tumatakbo ka sa corridors, bawal tumakbo sa corridors! Saka bakit namumutla ka? Para kang nakakita ng halimaw?"

"Ah oo. Nakita kita eh," namumutla ba ako? Ha? Siguro dahil sa kaba ko kanina pagkakita ko kay Chad.

"WHAT?!"

"Ah wala wala, sabi ko may humahabol kasing white lady sakin kanina. Kilala mo si Sadako? Ayun, nakita ko sa c.r. ng girls," joke lang yun syempre pero napansin kong namutla yung mukha ni Cross.

"W-white lady? S-sadako?" Huh? Bakit parang nabubulol siya at mukhang namumutla pa siya? Don't tell me...

"AHAHAHA! Takot ka ba sa multo Cross? AHAHAHA!" I can't believe this, ang masungit, mataray, suplado, mapangmata at halimaw na si Cross ay takot sa multo? HAHAHA. Ang laking joke nito promise! Sasakit ang tyan ko dito. Hahaha!

"H-hindi ah!" inis at mapride niyang sabi. Sus, deny pa siya, halata naman na takot siya.

"Ah talaga lang ha?" tinaasan ko siya ng kilay. "Gusto mong ipakilala ko sayo si Mary?"

"Sinong Mary?!"

"Narinig mo na ba yung balita na pag-alas otso daw ng gabi dito sa may school, kapag wala ng tao at patay na lahat ng ilaw, sa may room mismo ng student council, meron daw babaeng nakaputi at duguan na may hawak na kandila ang umiiyak? Sabi nila, narape daw siya sa loob ng room ng student council kaya naman hindi matahimik ang kaluluwa niya at kaya lagi siyang umiiyak dun pag patak ng alas otso. At ang sabi nila, Mary daw ang pangalan niya."

"T-talaga?" parang namumutla na si Cross sa sinabi ko. Ang totoo nun, gawa-gawa ko lang yun at sinadya kong ilagay sa student council room ang setting dahil alam kong madalas siya dun after ng class kasi nga president siya ng student council diba? Mwahaha. Halimaw siya tapos multo lang pala ang kinatatakutan niya? What the heck?

"Yup!" pinatong ko ang kamay ko sa balikat niya. "Gusto mo bang ipakilala kita kay Mary? Close kami nun."Nginitian ko pa siya na parang nananakot. Nawala na ata lahat ng dugo niya kasi sobrang putla niya na. Tinabig niya yung kamay ko sa balikat niya at nagdiretso na sa paglalakad para iwan ako.

"Tigilan mo nga ako sa kalokohan mo!"

Natatawa na lang ako habang nakatalikod siya sakin at patuloy na naglalakad palayo. Pero hindi pa siya nakakalayo ay tumigil siya sa paglalakad kaya naman napatigil din ako sa pagtawa.

"Pagkatapos ng klase mo, samahan mo ako sa student council room hanggang alas otso ng gabi may kelangan pa akong tapusin para sa incoming school festival. Patay ka sakin pag hindi ka pumunta! Dapat pumunta ka bilang personal maid ko, trabaho mo yun!"

Walang lingon-likod niyang sinabi yun tapos nagdiretso na talaga siya paalis. Ako naman natulala saglit tapos nung magets ko na ang mga sinabi niya, napahagalpak na lang ako. HAHAHA! ANG DUWAG! NAGPAPASAMA SA STUDENTCOUNCIL ROOM! NANIWALA NGA SA GAWA –GAWA KONG STORY. BWAHAHA. ISANG HALIMAW NA DUWAG SA MUMU, SAAN KA PA?! Edi kay Cross na! HAHAHAHA! Teka may trabaho pa ako sa restaurant ah? Hindi ako pwedeng mag-stay until 8pm! Pero di bale tatawagan ko na lang si Auntie at sasabihin kong malelate ako ng dating sa part time, I can't miss this opportunity para gawan ng kalokohan mamaya si Cross! Mwahahaha!

- Cross Sandford's Point of View -

"Sige president, aalis na ako ah," pagpapaalam nang huling kasama ko dito sa student council room, ang secretary ng student council. Magse-seven na kasi kaya sabi niya uuwi na siya dahil may curfew siya, tapos yung iba naman matagal nang umalis kasi may kanya-kanya silang dahilan: merong may clubbings, merong may mga afterclass, merong may dadalawin sa ospital, merong natatae, merong namatayan ng ibon at kung anu-ano pang mga dahilan na ewan ko pa ba kung totoo.

Argh. Gusto ko na ring umalis pero bilang president ng student council hindi pwedeng umalis na agad ako hangga't hindi ko natatapos ang mga ito. Hindi ko naman pwedeng sa bahay na lang tapusin ito dahil nandito lahat ng gamit para sa pagtatapos ng program plan para sa school festival. Hindi ko naman pwedeng iuwi lahat ng materials dahil sobrang dami nila, hassle lang. Pero tae naman, asan na ba yung panget na katulong na yun? Gugulpihin ko yun eh. Sinabi ng pagkatapos ng klase niya dumiretso siya dito para gawin 'tong mga trabahong 'to, binabayaran siya tapos naglalakwatsa lang siya. Who does she think she is?! She'll be dead meat pag nakita ko siya, binoboycot niya ako ha? Makikita niya. As for the meantime, kelangan ko ng magconcentrate dito sa mga ginagawa ko.

"So ang section II-B, gustong gumawa ng maid café. Meron silang budget na 8,000. Sino nga ulit ang representative nila?" hinanap ko yung mga list ng representatives ng klase sa makalat na long table. "Argh. Napakakalat dito. Nasan ba yung listahan na yun?!"

"Psst."

Teka. May sumitsit ba?

"Ah that's just my imagination," pinikit ko ang mata ko at iniling ng konti ang ulo ko para alisin sa utak ko yung imagination na may sumitsit. Pinagpatuloy ko na lang yung paghahanap ng listahan sa table, "Halo halo na dito ang mga papel eh, wala ng main---"

"Psst!"

Lumingon-lingon ako. "Sino yan? Is someone there?"

Walang sumagot. Ah, imagination ko lang talaga yun. Mabuti pang tapusin ko na 'tong mga 'to para makauwi na talaga ako bago mag-alas otso.

"Psst!"

(O.o)

(o.O)

/(O.O)\

"S-sino yan?!! Kung ako pinagloloko mo, g-gugulpihin kita!" pananakot ko sa kabila ng panginginig ng boses ko.

CLICK!

"Brownout?!" biglang namatay yung ilaw, feeling ko magpapanic na ako kasi sobrang dilim tapos…

"Psst!"

Tapos may sumisitsit na naman ulit! Ayoko na! Natatakot na talaga ako, pero wala pa namang eight o'clock ah? Masyadong napaaga sa appointment si Mary, diba sabi ni Panget tuwing alas otso daw yun nagpapakita? Pero wala pa namang eight ah! Seven pa nga lang! Masyado siyang advance ng one hour, masyado siyang excited! Aaaahhh! Nababading na ako sa takot.

"Shet!"

Nabigla ako nang biglang nakarinig ako nang malakas na pagkakasarado ng pinto tapos ilang saglit lang sa loob ng madilim na student council room ay bigla na lang may umilaw, at sa tapat ng ilaw na yun ay isang mukha na hindi ko masiyadong nakita pero sigurado akong nakakakatakot ito dahil may mga nakaharang na buhok sa mukha nito. Biglang nawala kaagad yung ilaw kaya hindi ko alam kung imagination ko lang ba yun o hindi pero dahil dun, sobrang nanginginig na yung tuhod ko sa takot, nabitawan ko na nga yung mga hawak kong papel at nalaglag na sila sa sahig. Wala pang ilang segundo, may umilaw na naman at sa tapat ulit nito ay may mukha na naman pero katulad nung una eh namatay agad ang ilaw pero this time, mukhang mas malapit siya sakin. Mukhang nagte-teleport ito palapit sakin time by time.

Gusto kong sumigaw sa takot pero walang lumalabas sa bibig ko, para bang nanigas ako sa kinatatayuan ko. Nagtitindigan ang mga balahibo ko sa katawan, pati na yung sa kili kili at yung sa baba---alam nyo na kung saan. (Hindi, joke lang) Tae, nakakapagjoke pa ako sa isip ko ng ganitong oras, shet lang maiihi ata ako sa pantalon ko sa sobrang takot. Sa ikatlong pagkakataon biglang bumukas ulit yung ilaw at may mukha na naman sa tapat nito but this time, nasa malapit ko na ito, as in konti na lang yung distance.

"Boo!" sinabi niya yun sa sobrang hina pero nakakatakot na boses.

"G-go a-away!!" pagtataboy ko dito kasi naglalakad siya palapit sakin.

"Mommy!!!" natatakot na talaga ako habang palapit siya nang palapit sakin, I need my mommy! Pero naputol yung takot ko kasi...

"Ayyy!!! Anak ng---!" biglang sabi nung multo tapos para siyang nadulas at dahil malapit siya sakin, natumba siya sakin at nagkauntugan ang mga ulo namin. Ang lakas ng pagkakauntog namin kaya naman pagkatapos nun, napahiga kaming parehas at nawalan na ako ng malay.

- Reah "Eya" Rodriguez's Point of View -

Sobrang pagpipigil na ng tawa ang ginagawa ko habang palapit ako kay Cross, tinatakot ko kasi siya, pinatay ko yung ilaw dito at sinarhan ko yung pinto tapos nagdala ako ng flashlight at nilagay ko sa unahan ng mukha ko yung ilang parte ng buhok ko. Bubuksan ko paminsan-minsan yung flashlight sa tapat ng mukha ko habang palapit sa kanya para takutin siya at sa tingin ko effective.

Ngayong naglalakad na ako palapit sa kanya, halata kong takot na takot na siya. Pwede na akong mamatay sa kakatawa pero kelangan kong pigilan ang sarili kong tumawa kasi kung hindi masisira ang plano kong takutin siya. Mwehehehe! Pero nung malapit na ako sa kanya, may bigla akong naapakan na mga papel ata at dahil sa pagkaapak ko dun, nadulas ako at nauntog ako sa ulo ni Cross. Nawalan ako ng malay pagkatapos nun sa lakas ng impact ng pagkakauntog namin sa isa't isa.

"Hmm...Arghh...Asan ako?" sábi ni Cross pagkagising niya.

"Gagu. Anong line yan? Nasa movie ka ba? Nasa fiction ka ba? Edi nandito tayo sa school, tsong wala kang amnesia kaya wag kang dumali ng 'asan ako' line," nauna akong nagkamalay kay Cross. Dinala ko siya sa may pader at naupo ako sa tabi niya at sumandal sa pader habang inaantay siyang magising kanina.

"Teka... asan si Mary?!" talagang naniniwala siya dun?

"May regla siya ngayon, hindi makakarating."

"Ha? Nireregla ba mga multo?"

"Oo, sini-circumsize nga rin sila eh."

"Ah, talaga?"

Nasapo ko yung ulo ko, "Bopols ka ba o bopols ka lang talaga? Bakit ka ba nagpapaniwala sa mga sinasabi ko? Hindi totoo ang mga sinasabi ko, ni hindi nga totoo si Mary eh!"

"Totoo si Mary! Nakita ko siya kanina! Bakit ngayon ka lang kasi dumating?! Anong oras na ba?"

"Walang Mary, okay? Gawa gawa ko lang yun."

"Paano yung nakita ko kanina? Paano mo papaliwanag yun? Totoo si Mary! Tara ng umalis dito!"

"Relax! Ako lang yun kanina, tinatakot lang kita. Kung makikita mo lang mukha mo kanina, grabe! Laughtreeeep! Bwahahaha!"

"ANO?! IKAW YUN?!" galit na tanong niya.

"Yup. Ayaw mo pa kasing umamin na takot ka sa multo eh, caught in the act ka tuloy!"

"GRRRR! THIS IS ANNOYING! YOU'RE FIRED!" sigaw niya sakin. Woah. Nagalit talaga siya? But it was just for the sake of fun. Ganun ba talaga kalaki yung impact nung pananakot ko sa kanya?

"You can't fire me," calm na sagot ko dahil ang pwede lang magtanggal sakin bilang personal maid niya ay ang tatay niya.

"Yes I can! I'm going to tell dad right away and I'll convince him to fire you!" bigla siyang tumayo,

"Makaalis na nga! Bwisit!" With the help of the moonlight na tumatagos sa konting parte ng student council room, nakita kong nagdire-diretso siya sa pinto at sinubukan niyang buksan ito.

"Huh? Bakit ayaw magbukas?! Pakshet! Open you fuc--*beep* door! Stupid fuc-*beep censored beep censored* door!"

Minumura, sinisipa at ginugulpi niya yung kawawang pintuan pero ayaw nitong magbukas. "It's no use, nakalocked na yan."

Humarap siya sakin. "What d'you mean locked?!"

"Simple english you don't understand?! Ano ba sa tingin mo ang meaning ng locked? Siguro open? Siguro pwedeng buksan? Tsong, common sense, COMMON SENSE. Ayyy, baka wala ka nun, sorry ngayon ko lang naisip, wala ka nga ata talaga nun," nakakainis eh, masyado kasi siyang ma-agitate sa kawawang nakalock na pintuan.

"Shut the beep censored beep up! Bakit nakalock 'to?! Pakana mo rin ba 'to? I swear I'm gonna sue you after this!"

"Hoy! Sue mo mukha mo! Ang babaw mo ha, hindi ko kasalanan kung bakit nakalock yan! Nagising na rin ako na nakalock na yan! Sino bang gustong malocked sa isang room kasama ang isang katulad mo? Baliw lang ang may gusto!"

"Bakit nakalocked ha? Explain mo nga!"

"Aba malay ko nga, nakikinig ka ba sa sinasabi ko? Nagising na lang ako na nakalocked na yan! Malay ko dyan, baka nalocked na ng janitors or ng guards dahil sasarhan na nila ang school, akala siguro nila wala ng tao kasi sarado na yung pinto tapos patay na rin yung lights! Ewan ko! Ano bang malay ko!"

"Argh! This is your so beep censored beep beep censored fault!" kanina pa siya mura nang mura ah. Napapasarap na siya sa pagmumura ah. "I'm gonna call someone for help." Nilabas niya yung cellphone niya mula sa bulsa niya. "Pakshet! Bakit ngayon pa nalowbat?!"

"Hoy!" bigla niya akong tinawag.

"Oh?!"

"Akin na cellphone mo," pag-uutos niya.

"Bakit?"

"Tatawag ako!"

"Wala akong load."

"Anak ng! Pulubi ka talaga! Dukha, mahirap, hampas lupa."

"Oo na! Alam ko mahirap ako, hindi kelangan sabihin lahat ng synonyms at other terms nito. Kasalanan ko ba kung wala akong load? Ikaw nga may cellphone, lowbat naman, anong sense? Tapon mo na yang cellphone mo."

"Makasalita 'to, upakan kita dyan eh! Grr!" tinaas niya yung right hand niya na kunwari susuntukin ako pero that was just for demonstration ng inis niya. Hindi niya naman siguro talaga ako sasaktan kahit pa sabihing monster siya.

"Tsk! No choice kundi mag-overnight dito at maghintay na may magbukas nito bukas ng umaga," naglakad siya sa kabilang side ko, kung ako ang nasa right corner andun naman siya sa left corner, basta malayo sakin. Umupo siya at sumandal sa pader, bakas pa sa mukha niya yung pagkaiyamot. Hindi ko na lang siya pinansin at tumulala na lang ako sa kawalan. No choice na lang talaga kundi magstay dito overnight kasama yang halimaw na yan. Tae, karma ko ata 'to sa panloloko sa kanya kanina. Patay lang talaga ako kina Auntie, wala ako sa part time hindi pa ako makatawag kasi kakaubos lang ng load ko. Pakshet lang. Ay sorry sa badword, nahawa na ako kay Cross. Matagal-tagal din na katahimikan ang namagitan samin nang biglang...

"Narinig mo ba yun?" medyo nagulat ako nang magsalita si Cross.

"Ha? Ang alin?" sinubukan kong tingnan siya sa kabilang dulo kaso hindi ko makita dahil hindi siya maabot ng liwanag ng buwan.

"Ayun! Narinig mo ba? Baka ikaw na naman yan ah, uupakan na kita pag pinagtitripan mo na naman ako!"

"Oy, wala akong ginagawa ah! Nanahamik ako. Inaano kita dyan?"

"H-hindi talaga ikaw y-yun?"

"Ang alin?"

"Yung sumisitsit?"

"Ha? Sumisitsit?"

"Wala ka bang naririnig?"

"Psst!"

"AAHHHHHHHHH!" parehas kaming sumigaw at parehas kaming napatayo at nagkabungguan kami sa gitna pero this time hindi naman kami nawalan ng malay. Parehas lang kaming tumakbo sa takot, napaupo kaming parehas, magkatabi habang parehas kaming nakahawak sa laylayan ng uniform ng bawat isa dahil sa takot.

"Narinig m-mo yun?" nanginginig pang tanong ni Cross.

"O-oo! Promise h-hindi na ako yun," nanginginig din ako sa takot.

31

Hindi naman talaga ako takot sa multo kasi hindi ako naniniwala dun kasi nga hindi pa naman ako nakakakita nun kahit kelan pero ngayon, kami lang naman ang nandito ni Cross tapos biglang may sisitsit, sino ba namang hindi kikilabutan?

"S-siya na ba yun?"

"E-ewan ko!" Parehas kaming takot na takot, nakaupo lang kami dun, hawak-hawak ang laylayan ng bawat isa. Siksik na nga kami sa isa't isa kahit ang lawak-lawak ng space dahil sa sobrang takot namin. Pagkatapos ng huling sitsit ay wala na kaming narinig pero natatakot pa rin kami, tumagal kami ng nakaganun siguro sa loob ng isang oras o mahigit. Dahil wala na kaming naririnig medyo kumalma na ako.

"Wala na siguro siya, baka natulog na o inantok na."

"Tingin mo?"

"Siguro. Ewan ko! Pero basta wag natin isipin yung kung anuman yun! Mabuti pang magdaldalan na lang tayo ng kahit ano basta malibang man lang natin ang mga isip natin sa kung anu-ano! Kasi kung tatahimik lang tayo ng ganito baka mamaya may marinig na naman tayong hindi kanais-nais!"

"Eh anong pag-uusapan natin?"

"Kahit ano! Kahit katangahan basta kahit ano!"

"Wala akong maisip, ikaw na mag-isip ng topic!"

"Hmmm..." sinubukan kong mag-isip ng pwedeng pag-usapan namin. "Ah! Tama naalala ko, bakit nga pala napapunta samin yung kaibigan mong si Ian?"

"Si Ian? Bakit siya pumunta sa inyo?"

"Nye, tinatanong ko nga sayo tapos itatanong mo din sakin? Okay ka din ano?"

"Ewan ko, malay ko sa kanya. Baka may binabalak na naman yung ulol na yun, wag mo na lang pansinin yun."

"Ah ganun ba, pero weird lang kasi eh."

"Ahh..." yun lang yung sinabi niya pagkatapos.

Ano ba yan, ang effort niyang makipag-usap ah.

"O ikaw na mag-isip ng topic!"

"Bakit ako?"

"Alangang ako?! Ako na nga ang unang nagbigay ng topic! Ikaw naman!"

"O sige, ilan pusa nyo sa bahay?"

"Wow. Ang interesting naman ng topic mo, nakakagana, ang lively pwede na akong magpamisa. Tse, wala kaming pusa."

"Wala kang pake, wala akong maisip na topic eh. O siya, ikaw naman ulit."

"May girlfriend ka na ba?" Wala lang, natanong ko lang, wala akong maisip.

"Wala, bakit may balak kang mag-apply? Wag na, basted ka na agad. Hindi ka pasok sa panlasa ko."

"Tse! Feeling ka, nagtatanong lang! Mas lalong hindi ka pasok sa panlasa ko!"

"Heh! Turn ko na," atleast kahit papaano hindi lang "ahh" ang sinasabi niya. "Nakapanty ka ba?"

Nabigla ako sa tanong niya kaya sinapak ko siya. "Aray! Bakit mo ako sinapak! Pakshet oh!"

"Ano ba naman kasing tanong yan? Maggawa ka naman ng topic na mahusay! Yung may sense! Yung matino at hindi nakakadiri na questions! At wag din yung mga pang-elementary na topic!"

"Tss. Ang arte. O sige, teka mag-iisip ako..." nag-isip siya ng konti. "Bakit ang panget mo?"

Kumunot ang noo ko. "Alam mo ang antipatiko mo talaga kahit kelan."

"Bwahaha! Sige, ibang tanong na lang. Bakit pulubi ka?"

Nagbuntong hininga na lang ako para pigilan ang inis ko. "Haay, saan mo ba tinatago ang sungay mo ha? Para kang alagad ng taga-ibaba sa sama ng ugali mo. Hindi ako pulubi, mahirap ako. Magkaibang bagay iyon at sa tingin ko hindi mo dapat pinagtatawanan ang kahirapan ko kasi sa totoo lang mas nakakatawa ang sitwasyon mo kesa sakin. Mayaman ka nga pero dahil yun sa mga magulang mo, kung wala ang mga magulang mo ewan ko na lang kung magagawa mo pang pagtawanan ang isang mahirap na tulad ko, mayaman ka lang kasi may nagpo-provide sayo nun pero kung mawala ang mga magulang mo kaya mo kayang mabuhay mag-isa? Kaya mo kayang kumayod para sa sarili mo? Kaya mo kayang maghugas ng maduduming plato at kawali para makapasok sa isang matinong paaralan at para may kainin araw-araw? Mahirap ako pero sa tingin ko mas may maipagmamalaki ako sayo kasi simula nang mawala ang mga magulang ko sa murang edad, nagsimula na akong kumayod para sa sarili ko, nakakapag-aral ako dahil sa sariling pawis at pagsisikap ko hindi tulad mo nakakapag-aral ka lang sa mamahaling unibersidad dahil nililibre ka ng mga magulang mo sa tuition."

"Asan ba mga magulang mo?"

"Wala na sila sa mundong ito, namatay sila nung 14 ako sa isang car accident."

"Ahh," bigla siyang natahimik, siguro nakonsensiya, kahit papaano rin pala may konting respeto sa kapwa itong cookie monster na ito. "Oo nga pala, tatay ko lang nanlilibre sakin sa tuition ko. Wala na akong nanay."

35

"Ha?"

Yumuko siya at nilagay niya yung kamay niya sa may ulo niya at natatakpan ang gilid ng mukha niya ng braso niya. "Wala na siya, she died from a plane crash nung 5 years old ako."

Nabigla ako dun sa sinabi niya, hindi ko alam na wala na pala siyang nanay kaya pala yung tatay niya lang nakikita ko sa bahay nila. Kaya rin ba tinawag niya ang nanay niya kanina nung natatakot siya? Nami-miss niya kaya ang nanay niya? All of a sudden I felt empathy for him, hindi ko alam na may ganitong parte pala si Cross, yung parteng "tao" ba.

"GRRRRRRRRRRRRR."

Hindi ko kinaya, sobrang natawa ako sa narinig ko. Sobrang bigat na nung aurang namamagitan samin, as in parang may namumuong dramatic/gloomy atmosphere na kanina dahil sa topic namin tapos bigla biglang tutunog nang malakas ang tyan niya. Grabe, binago nun bigla ang mood ko! Hahaha!

"O-oy! Wag ka ngang tumawa! Sa biglang nakaramdam ako ng gutom eh! Anong oras na kaya ? Ni hindi pa tayo kumakain! Tapos andami ko pang ginawa sa araw na 'to!"

"Palibhasa kasi tyan ng mayaman ka, hindi sanay magutom. Oh teka," may kinuha ako sa bulsa ko at inabot sa kanya. "Ayan oh, yan lang meron ako pagtyagaan mo na. Pampalipas gutom din yan."

"Ano 'to?" pagtatakang inobserbahan niya yung inabot ko sa kanya.

"Boy bawang. Tig-pipiso sa kanto. Masarap yan, lalo na kapag gutom ka."

"Nakakain ba 'to?"

"Ang arte mo! Kapag gutom, hindi na nagrereklamo! Wag kang mag-alala wala yang lason, hindi ka mamamatay dyan! Kainin mo na!" Haay nako, bumalik na naman siya sa sarili niya. Hindi na ulit siya tao, bumalik na siya sa pagiging monster. Binuksan niya nga iyong Boy Bawang at tumikim ng isa.

Pinagmasdan kong nguyain niya yun ng may pagtataka na para bang tinitikman at inoobserbahan talaga ang lasa nun, para bang panibago talaga sa panlasa niya. Mayayaman talaga oh, abnoy sa Boy Bawang.

"Oh ano? Namatay ka ba? Nalason ka ba?" sarcastic na tanong ko.

"Pwede na," tapos sumubo ulit siya, at sumubo pa ulit, at ng isa pa ulit, at inulit pa.... hanggang sa maubos niya.

"Masarap noh?"

"Hindi."

"Deny ka pa, naubos mo oh. Ni hindi mo man lang ako binigyan."

"Hindi ka naman humingi," selfish talaga, hindi man lang iniisip ang iba.

"Akin naman yun eh. Tss! Magagawa ko? Inubos mo na eh, buti na lang meron pa ako," nilabas ko ulit ang isa pang Boy Bawang mula sa bulsa ko. Kung pwedeng kuminang yung mata niya ay kuminang na siguro ito sa tuwa. Mukhang takam pa siya sa Boy Bawang.

"Penge!" biglang sabi niya.

"Oy, inubos mo na nga yung isang balot tapos hihingi ka pa. Maawa ka naman sakin hindi pa rin ako nakain nuh."

"Anla! I want more!" parang batang sabi niya.

"O sige na nga, akin na kamay mo."

"Huh?"

"Akin na kamay mo," hinigit ko yung kamay niya. "Dyan ko lalagyan ng Boy Bawang sa palad mo. Sarap na sarap ka sa boybawang ah?" hindi siya umimik at kumain lang siya. Pagkatapos ng Boy Bawang session namin, nag-usap lang ulit kami ng konti kaso sa bandang huli naubusan kami ng topic kaya tumahimik na lang kami. Sa katahimikan, hindi ko na namalayang nakatulog na pala ako.

"Ha? Anong ginagawa nyong mga bata dito?!" naalimpungatan ako nang marinig ko ang pagbukas ng pinto at ang pagsasalita ng isang manong, janitor ata ng school, na maagang nadating sa school para buksan ang mga rooms. Napatingin ako sa gilid ko, ha bakit nakapatong ang ulo ko sa balikat ni Cross at bakit nakapatong ulo niya sa ulo ko? Eh? Humiwalay agad ako sa kanya at ginising ko siya. "Oy gising! Umaga na."

Dear diary,

An overnight experience with the monster is not that bad afterall. Sa susunod magdadala pa ako ng Boy Bawang para sa kanya, mukhang type niya eh.

-Eya

P.S. Pero teka... sino kaya yung sumitsit kagabi? Uwaaa! Katakot!

Chapter 2

"Oh tapos na 'tong mga flowers na crepe papers," sabi ko habang inaabot ko yung plastics na mga ginawa kong flowers out of crepe papers kay Cross. Tiningnan niya ang ilan sa mga ginawa ko.

"Okay na yan."

Syempre ok na yan at kapag sinabi niyang hindi, ibabato ko talaga sa kanya yang mga yan. Tanda nyo dati nung nagpabili siya sakin ng sandamukal na school supplies? Ito pala ang silbi nun, para sa decoration plan pala ng school festival. Pinaghati-hatian ng members ng student council ang mga gawain, at para sa behalf ni Cross, ako lahat ang gumagawa.

Bukod sa role ko ito bilang katulong niya para tulungan siya, ay parusa niya rin ito sakin sa pananakot ko sa kanya kagabi, sangdamakmak na gawain lang naman ang binigay niya sakin. Kanina pa ako gumagawa ng kung anu-ano dito para sa school festival, ansakit na nga ng likod ko feeling ko kukuba ako nito sa mga ginagawa ko.

"O sige, gawin mo naman yung head banner. Sulatan mo ng malaking WELCOME TO WILLFORD ACADEMY, gusto ko maganda yung lettering. Kapag panget, ulitin mo uli," pag-uutos niya na naman. Psh! Sinimangutan ko siya habang nakaupo ako sa may isang sulok ng kwarto niya at inis na binubuksan yung takip ng pentelpen. Dito niya ako pinagtatrabaho sa loob ng kwarto niya para daw macontrol niya ang mga katangahan ko! Talagang 'katangahan' talaga ang term na ginamit niya, sino kaya mas engot samin? Argh! Gawa lang ako nang gawa, minsan sinisilip ko kung anong ginagawa niya, nasa harap siya ng computer tapos pagkapatay niya dun sa computer ay tumayo na siya at naglakad papunta sa kama niya at humiga, pagkatapos binuksan niya yung flatscreen na tv niya sa harap niya at nanuod. Ooh! Twilight yung palabas sa tv! Nasabi ko na bang favourite ko ang Twilight? Actually gusto ko yung book pero yung movie hindi masyado nevertheless fan pa rin ako ng Twilight kaya natuwa ako nung makita kong pinapanood niya yung Twilight.

"Uwaaaa! Nanunuod ka ng Twilight?!" napatayo agad ako sa pwesto ko at naglakad palapit sa tv, ah hindi pala malapit sa tv, dun mismo sa tapat ng tv as in wala pang 1m yung layo ko sa big screen which means nakaharang ang likod ko sa kanya kaya wala siyang makikita sa tv.

"Hoy! Umalis ka nga dyan sa harap ng tv, hindi ko makita!" naramdaman kong nasa tabi ko na siya at tinutulak ako paalis sa harap ng tv, "Sabi ng tapusin mo na yung mga pinagagawa ko!"

"Pero," nagdesperate eyes ako. "Twilight! Gusto kong manuod ng Twilight!"

"Ano ka sinuswerte? Gawin mo yung pinagagawa ko! Dali!" tinulak-tulak niya pa ako palayo sa tv,

"Mabuti pa ilipat ko na ito."

"Uwaaaaaaaaa!" inagaw ko sa kanya yung remote kasi ililipat niya na sana.

"Hoy! Remote ko yan! Ibalik mo sakin yan!" sinubukan niyang agawin sakin yung remote pero ini-ilag ko ito.

"Ayoko! Wag mong ilipat!"

"Aba! Kung maka-asta ka ah, iyo ba 'tong tv? Hoy, katulong ka lang!"

"Wala akong pakelam. Basta wag mo siyang ilipat, isa akong die hard fan ng Twilight!"

"Sabi ng ibigay mo yang remote!" kinuha niya yung braso ko at sinubukang kunin sa kamay ko yung remote ko pero nagmamatigas ako at hinihigpitan ko talaga ang hawak ko sa kamay ko para hindi niya makuha pero dahil lalaki siya at mas malakas siya sakin, in the end nagawa niyang makuha sa kamay ko ang remote. Tapos nilipat niya.

"Uwaaa. Yung Twilight, bakit mo nilipat! Ajuju!"

"Shut up. Tapusin mo na yung trabaho mo!" tinalikuran niya na ako at bumalik na siya sa higaan niya para sumalampak dun. Ngayon naman Spongebob ang pinapanood niya. Depressed na bumalik na lang ako sa trabaho ko. As in depressed na depressed na para bang may mga lumalabas ng dark aura sa paligid ko, at feeling ko may batong nakapatong sa likod ko.

Uwaa! Twilight of my life, isang beses ko lang napanuod yun sa sine, as in talagang pinag-ipunan ko yun para mapanuod lang. Kahit gipit ako sa pera, inuna ko pang mapanuod yun sa sine, kinuha ko pa sa sweldo ko sa part time yung pambayad sa sine na yun. At ngayong pinapalabas na sa tv, gusto kong mapanuod ulit pero dahil napaka-antipatiko nitong Cross na 'to, hindi ko tuloy mapanuod. Nakakadepress talaga.

"Oh gabing madilim..." I start chanting in a very gloomy voice. "Oh gabing malamig... Oh babaeng matangkad, babaeng maputi, babaeng mahaba ang itim na buhok... dugo sa bawat damit na kulay puti... Ang tanging hiling ko, ika'y tumabi sa aking master mamayang gabi. Mula sa ilalim ng kama niya, ikaw ay gumapang papunta sa higaan niya, tabihan mo siya, yakapin mo siya, ipahid mo ang mga dugo sa pisngi niya at bulungan mo siya ng mga salitang kakila-kilabot..."

"H-hoy! Anong pinagsasabi mo!!!" bigla akong sinigawan ni Cross. Tiningnan ko lang siya sa isang depressed at gloomy na expression. "Kinakausap ko lang si Mary sa hangin, tinatawag ko lang siya... Ayaw ko kasing mapag-isa ka sa gabing ito aking master."

Bigla niya akong binato ng unan, "H-hoy! Magtigil ka nga!"

Halatang takot na takot na siya, "Master... sinong nasa likod mo?"

"H-ha?" nanginginig na tanong niya. Tinuro ko yung likod niya. "Ayan oh, nakatingin sayo... Umiiyak pa nga eh..."

"Waaaa!" tumayo agad siya na parang bading sa kama niya at tumakbo palapit sakin. "Asan?! Asan?!"

Pagtatanong niya na nakatago sa likod ko at nakatakip ang mga mata ng unan. "BWAHAHAHAHA! Duwag! Bading! Bading!"

Tinanggal niya ang unan na nakatakip sa mata niya at dun niya lang narealize na pinagtitripan ko na naman siya, inihampas niya lang yung unan sakin. "Bading mo mukha mo! Sipain kita dyan eh!"

"Duwag ka lang! Duwag! Badinggerzyyyyy!!" pang-aasar ko pa. Bigla niya akong hinigit sa kwelyo.

"Anong sinabi mo?"

"Ba-ding." I mouthed.

"Ulitin mo pa, hahalikan kita! Makita mo kung sinong bading!" napatigil nga ako sa sinabi niya. "On a second thought, nakakadiri pala. Hindi kita hahalikan, gugulpihin na lang kita. Yuck eh. Ang

44

panget mo eh." Biglang bawi niya sa sinabi niya kanina. Kung makalait talaga.

"Thank you ha? Ikaw na gwapo, ikaw na!" sarcastic na sabi ko.

"Syempre, gwapo ako," aba't hindi siya nakakaintindi ng "sarcastic" eh noh? Ang yabang talaga. He's very full of himself!

"Oo na, gwapo ka pero aanhin mo naman ang kagwapuhan kung babading-bading diba?" ngumiti ako nang nakakaloko. Akala niya siya lang ang marunong manlait? Pwes, ako din. Now that I know kung anong weakness niya eh. MWAHAHA!

"Argh!" inis na sabi niya, binitawan niya ang hawak niya sa kwelyo ko at pumunta siya sa isang drawer at naglabas ng mga gamit at ibinagsak sa pwesto ko.

"Gawin mo pa 'tong mga 'to! Lahat ng yan, gusto ko before 6am tapos na lahat ng yan!

"You've gotta be kidding me?! Bundok ata ng gawain 'tong mga 'to eh?!" as in super dami ng mga gamit na nilapag niya dun, tapos what does he mean by before 6am dapat tapos na 'tong mga 'to? Ibig bang sabihin nito na may possibility na umabot ako hanggang umaga sa trabaho na 'to?! Pero may pasok pa ako bukas! Uwaaa!

"Oo, lahat yan kelangan tapusin mo. Kaya sige mang-asar ka pa, dadagdagan ko pa yan." Tumahimik na nga lang ako at ginawa na lang yung mga pinapagawa niya. Maiiyak ako sa dami. Almost midnight na pero hindi pa ako nangangalahati sa mga ginagawa kong mga banners at designs na gawa sa crepe papers. Yung halimaw kong master, ayun tulog na, iniwang bukas yung tv, mga mayayaman talaga walang pakundangan sa pag-aaksaya ng kuryente palibhasa kasi may pambayad sila kahit magkano pa electricity bills nila.

Tumayo na muna ako para patayin yung tv, napatingin na lang ako sa mahimbing na mukha ni Cross na natutulog. Mukha siyang mabait kapag tulog, napailing na lang tuloy ako, naalala ko ang tungkol sa pagkagusto sa kanya ni Lory. Actually kahit siguro ako magkakagusto kay Cross kasi ang gwapo naman talaga niya, pero kung ano kasi ang ikinagwapo niya yun naman ang kinapanget ng ugali niya.

Pero merong isang bagay na matagal nang gumugulo sa aking isipan. Kung si Chad ay nanliligaw kay Lory at si Lory ay may gusto kay Cross, alam kaya ni Chad na may ibang gusto ang babaeng nililigawan niya? At kung si Cross naman ang gusto ni Lory bakit pinapayagan niya pang manligaw si Chad, diba sana hindi niya na lang pinayagang manligaw si Chad kasi parang pinapaasa niya lang sa wala si Chad kung may iba naman pala siyang gusto? At si Cross Sandford, may gusto ba siya kay Lory? Hmm, hindi ko naman naririnig na binabanggit niya si Lory at mukhang wala naman siyang lovelife ngayon, wala naman kasi akong nakikitang babaeng kasama niya o kausap o katext man lang. Saka isa pa, si Cross maiinlove? Pff! Sarili niya lang ata iniisip niya eh. Tama na nga sa pag-iisip, makabalik na nga sa pagtatrabaho.

"Hmmmm!" pag-iinat ko as soon as magising ako. "Huh?"

Naalimpungatan ako nang maramdaman kong tumatama sa mukha ko ang sinag ng araw. Nung imulat ko ang mga mata ko at sinubukan kong bumangon ay nabigla ako nang pag-angat ko ay may nalaglag na kumot... Wait, umaga na? Ahh, sa kakatrabaho kagabi hindi ko namalayang nakatulog na pala ako dito sa sahig. Teka... bakit may kumot ako? Saan galing itong kumot? Hindi kaya... kinumutan niya ako? Ah, malabo. Pero what if...? Awww. May puso rin naman siya kahit papaano eh.

Tumayo na ako at tiniklop nang maayos yung kumot na binigay niya at nakangiting ipinatong ito sa kama niya, niligpit ko na rin nang maayos ang kama na hinigaan niya. Wala na siya, siguro pumasok na siya... Sa totoo lang, natouch ako sa ginawa niyang paglalagay sakin ng kumot, hindi ko inaasahan ang kabaitan ng isang monster na tulad niya. Hindi ko tuloy mapigilan ang mga ngiti sa aking labi. Wait, asan si Cross? Pumasok na ba siya? Teka! Anong oras na ba? Tumingin ako sa bedside clock: 10am!

OHEMGEE. Late na ako, as in capital LATE. Bakit hindi niya ako ginising? Nagdiretso na ako sa banyo ng kwarto ko para makapaligo na at makapagbihis na upang makapunta na sa school pero nung pagkarating ko sa banyo at maghihilamos sana ako sa may lababo ay nakita ko ang itsura ko sa may salamin. Matatouch na talaga sana ako sa ginawa ni Cross sa paglalagay niya ng kumot sakin pero...

AAAHH! Nakakainis, ang hirap tanggalin nitong mga pentelpen marks sa mukha ko! ARGH! Ano siya, si Jiglypuff ng pokemon?! Sinusulatan ang mga mukha ng mga natutulog?! Halimaw na takot sa multo na isip bata! Grrr. Sarap niyang pingutin sa tenga!

Dahil tinanghali na akong gumising, hindi na ako pumasok sa morning classes ko. A-attend na lang ako ng afternoon class ko, pero pumunta ako ng school nang medyo maaga, mga 12pm para makausap ko sa lunch break si Chad. Kelangan kong mag-sorry sa kanya para gumaan na ang loob ko pati na rin tumahimik na ang konsensiya ko. Saka isa pa hindi ko naman matitiis na galit sakin si Chad, he's my crush afterall.

O sige na, aminado na akong crush ko siya! Ang pogi niya kasi tapos ang friendly niya pa sakin sa kabila ng itsura ko, siya ang kauna-unahang gwapo na lumapit sakin at kinausap ako nang walang pandidiri. Hindi siya suplado at hindi siya namimili ng kaibigan, hindi siya tumitingin sa panlabas na anyo. Tapos ginawa niya pa akong bestfriend niya diba? Nakakataba ng puso yun kaya naman ayokong manatiling galit siya sakin, gusto kong mag-sorry kaya heto ako ngayon sa may bench ng soccer field at pinapanuod siyang magpractice ng soccer, malapit na kasi ata ang laban nila sa other universities. Hinihintay ko siyang matapos, haay ang gwapo niya talaga lalo na ngayon na naglalaro siya ng soccer, sobrang seryoso at concentrated niya sa paglalaro, hilig niya talaga siguro ang soccer. He looks so cool.

"Ang cool talaga ni Chad Jimenez diba?" napalingon ako dun sa mga babaeng nanunuod din sa may bench, hindi sila kalayuan sa likod ko. Mukhang may gusto rin sila kay Chad, lakas talaga ng appeal niya.

48

Binalik ko na lang ulit yung tingin ko kay Chad, tumatakbo siya ngayon at sinisipa niya yung bola papunta dun sa goal line.

"Uwaaa! Ang galing mo Chad! We love you!" biglang sinipa ni Chad yung bola at nag-goal siya! Nagsigawan yung mga babaeng nanunuod kanina sa likod ko at sa sobrang lakas ng sigaw nila na-attract nila yung attention ni Chad at lumingon siya sa direksyon namin. Nakuha ko kaagad ang bag ko at parang shungang tinakip ko ito sa mukha ko, as if naman matatakpan ng bag ko ang whole presence ko.

"Waa! Tumingin si Papa Chad sakin!"

"Sakin kaya, wag kang epal!" naririnig kong nagtatalo yung mga babae sa likod ko, nakatakip pa rin ng bag ang mukha ko. Automatic kasi na naitakip ko ang mukha ko nung lumingon siya dito sa direksyon namin, paano naman kasi bigla akong kinabahan, kahit ready na yung sorry speech ko kinakabahan pa din akong harapin siya. Baka mamaya sigawan na naman niya ako.

"Omg! Papunta siya dito!" Eh?

"Nagandahan siguro siya sakin kaya pupuntahan niya ako, wait girls okay lang ba buhok ko? Yung make up ko? Maganda na ba ako?"

"Heh! Sakin kaya siya nagandahan, omg asan ba yung polbo ko. Palapit na siya sakin."

Ehh? Palapit si Chad dito? Dahan-dahan kong binaba ang bag ko at nanlaki ang mga mata ko nang may isang lalaking pawisan ang tumambad sa harapan ko. What? Andito na agad siya sa harapan ko? Ang bilis naman niya, tumakbo ba siya? Atsaka diba may practice pa siya bakit nandito siya? At bakit siya tumigil sa harap ko?

"Uhh... who's that girl? Bakit siya tumigil dun sa harap ng girl? Dapat sa harap ko siya tumigil, sakin siya nagandahan diba?" narinig kong reklamo nung mga babae sa likod ko. Tinakpan ko ulit ng bag ang mukha ko tapos tumayo na ako at naglakad palayo pero hindi pa ako nakakalayo nang higitin ako ni Chad sa may braso.

"Where do you think you're going?"

Dahan-dahan kong tinanggal yung bag sa mukha ko at ngumiti na medyo awkward sa kaniya."H-hello Chad! Diba may practice ka pa? Sige alis na ako, babayoo!"

Pilit kong tinatanggal yung braso ko mula sa hawak niya, gusto kong tumakas. Eee kasi naman hindi pa talaga ako ready! Nakakaloka!

"Coach, break na muna ako. Mamayang hapon na lang ulit ako magpa-practice, magla-lunch muna ako!" bigla niyang sigaw sa may field dun sa coach niya, tumango lang yung coach niya at humarap na ulit sakin si Chad. "We need to talk."

"What? Sino ba yung girlaloo na yun? Why is she going with Papa Chad? Argh!" naririnig kong reklamo nung mga babae kanina habang hinihigit na ako ni Chad paalis. Napalunok na lang ako sa kaba *gulp* hindi ko pa saulo yung sorry speech ko ano ba yan.

"C-chad, saan tayo pupunta?" nagawa ko ding ma-recover ang boses ko after kong mapansin na lumabas na kami ng school.

"Sa kabilang daigdig."

"Eh? Di nga? Saan mo balak pumunta?"

"Sa puso mo."

"Eh?" nanlaki ang mga mata ko nang lumingon siya at sinabi niya yun pero ang mas nakakabigla sa lahat ay nakangiti siya, teka... Nginingitian niya na ako? Hindi na siya galit?

"Hahaha! Joke lang, ikaw naman! Relax ka nga lang, pupunta tayong Jollibee. Libre kita! Tara bilisan mo, gutom na ako kakapractice!" tapos tumakbo siya habang higit-higit niya ako. Hindi naman kalayuan ang Jollibee sa school namin.

"Hindi ka na galit sakin?" nung makarating na kami sa Jollibee, umorder kami ng makakain, nilibre niya ako at umupo na kami sa may second floor sa may tabi ng bintana. Burger, fries and sundae yung inorder namin.

"Hmm?" kumuha siya ng french fries at kinain ito. "Ako? Galit sayo? Hindi ah."

"Pero sinigawan mo ako nung gabing yun... galit ka nun sakin."

Ngumiti siya. "Ah yun ba, wala yun. Pasensiya ka na peppy, galit lang ako nun sa nangyari pero hindi sayo. Pasensiya na kung nasigawan kita, kalimutan mo na lang yun."

"Pwew! Akala ko galit ka talaga sakin, gumaan din ang pakiramdam ko."

"Hahaha! Kaya mo ba ako iniiwasan at tinatakbuhan dahil akala mo galit ako sayo?"

"Oo... Pero Chad, sorry talaga ah? Ibibigay ko talaga sana kay Lory yun kaso nahirapan ako sa paghahanap sa kanya at nung last minute, nakita ko siya kaso biglang namatay yung ilaw at nadapa ko at nabitawan ko tuloy yung necklace. Hindi ko alam kung paano napunta yun kay Cross. Sorry Chad, dahil sakin naging palpak yung plano mo tapos ibang tao pa nahigit mo at higit sa lahat... lalaki pa yung napagtapatan mo."

"Okay lang yun, nangyari na ang nangyari. Kalimutan na lang natin."

"Pero ano naging reaksyon ni Lory dun?"

"Actually hindi ko pa siya nakikita o nakakausap, mukhang iniiwasan niya nga ako eh. Ni hindi nagpaparamdam sa text o sa chat."

"Ha? Hala! Kasalanan ko..."

52

"Hindi, wag kang mag-alala. Actually before pa nung birthday niya, ganun na yung sitwasyon. Remember yung sa restaurant? Siya yung ka-date ko pero hindi niya ako sinipot. Nararamdaman ko na noon pa na iniiwasan niya na talaga ako pero nag-insist pa rin ako dun sa plano ko para sa birthday niya para yayain siyang maging girlfriend ko, I was just hoping to somehow impress her."

"Umm Chad, may sasabihin ako sayo," medyo naghesitate ako, matagal ko nang gustong sabihin ito sa kanya pero nagdadalawang isip ko, tungkol ito sa pagkagusto ni Lory kay Cross. Para kasing wala naman ako sa lugar para sabihin ito. I mean hindi ko naman talaga alam ang buong detalye, narinig ko lang itong sinabi ni Lory pero bukod dun wala na akong alam pa, ayokong pakumplikaduhin yung sitwasyon lalo na kung hindi naman ako talaga kasali sa sitwasyon na yun. Ayokong umepal kumbaga pero kawawa naman kasi si Chad kung hindi niya alam ang tungkol dun.

"Ano yun?"

Bahala na nga. "Kasi... si Lory may ibang gusto."

"Alam ko," nakangiti siya sakin, ngiting malungkot. "Si Cross Sandford diba?"

"Teka, paano mo nalaman yun?"

"Matagal ko nang alam yun, bago ko pa man siya ligawan. Si Cross

Sandford ay team mate ko dati sa soccer team at dahil sa kanya nakilala ko si Lory. Lagi kasing nanunuod si Lory kay Cross sa soccer field, lagi siyang nagchi-cheer for Cross everytime may mga soccer match kami pero si Cross mukhang wala atang pakelam sa presensiya niya, ni hindi nga siya pinapansin nito. Kaya isang beses, nilapitan ko siya at simula nun nagkakausap na kami palagi. Until one day, I told her I like her and I asked her if I can court her. At first, naghesitate siya kasi sabi niya sakin si Cross daw ang mahal niya. Pamula pa lang kasi elementary, si Cross na ang crush ni Lory, they've always been in the same school, dito sila parehas nag-Kinder sa Willford Academy at sabihin na nating first love ni Lory si Cross kaya it's so hard for her to just forget about him."

"Ah ganun ba, pero kung ganun paanong nangyaring nililigawan mo siya ngayon?"

"I told her to give me a chance, sabi ko sa kanya kung papayagan niya akong manligaw I'll try all my best to make her forget about him and to make her happy. I told her to give me a chance to prove what I feel for her and to prove her that I'm much more deserving of her love than that stupid Cross. Pero..." kumuha ulit siya ng french fries at ngumuya. "I've been courting her for months pero wala pa din eh. Mukhang hindi ako nagkakaroon ng improvements sa kanya. Si Cross at si Cross pa rin ang gusto niya, ewan ko ba dun sa babaeng yun, ang ganda-ganda niya pero bakit kelangan niyang maghabol sa isang walang kwentang tulad ni Cross. Mababaliw ako kakaisip sa kanya."

Ngumiti si Chad habang ginugulo niya ang buhok niya, he looks frustrated. Tumigil siya sa paggulo ng buhok niya at tumingin siya sakin. "Pogi naman ako diba?"

Nagtapat yung mga mata namin at sobrang nabigla ako, pakiramdam ko parang tumigil saglit yung tibok ng puso ko dahil sa mga tingin niyang yun. Chad, ang lakas ng epekto mo sakin. Walanjo ka!

"Hehe... Oo naman," medyo nahihiya ko pang sagot, sumubo na lang ako ng french fries ko. "Mas pogi ka pa dun sa Cross na yun! Mas mabait ka pa at mas friendly, mas deserving ka talaga para kay Lory! Ano bang nagustuhan niya dun sa Cross na yun? Psh!"

Bigla siyang tumawa sa reaksyon ko. "Oo nga, hindi ko rin talaga ma-gets kung anong nagustuhan niya kay Cross. Okay lang sana na hindi ako ang gusto niya pero kung ang gusto naman niya ay isang taong hindi man lang siya pagtuunan ng pansin kahit ilang saglit ay nakakaasar ng sobra sobra. Kaya nga nung si Cross ang nakita ko sa birthday party sobrang nainis ako, sa dinami-dami ba naman ng mahihigit ko, bakit si Cross pa? That was just really annoying."

"Sinabi mo pa," mahina kong sabi.

"Ha?"

"Ah, wala. Pero paano na ngayon yan? Paano na kayo ni Lory?"

Ngumiti siya. "Don't worry too much for me Eya. Tatry kong makausap si Lory to sort things out with her."

"Mahal mo talaga siya nuh?"

"Oo naman, kahit hindi ako ang mahal niya I still won't give up on her. Kahit obvious na wala akong pag-asa sa kanya, magsisikap pa rin ako upang maipakita sa kanya na kaya ko siyang pasiyahin at mas deserving ako kaysa kay Cross."

"Magpapatuloy ka pa rin sa panliligaw?"

Napansin kong tinanggal niya yung tinapay sa taas ng burger niya at nilagyan ng ketchup at ilang french fries sa taas ng burger tapos sinarhan ulit ng tinapay. "Oo naman, kahit minsan masakit na. Pero tyaga lang yan, sabi nga nila kapag walang tyaga walang hamburger," sabay tinaas niya yung burger niya at kinagatan iyon. "Hmm! Ang sarap talaga!"

"Teka, hindi ba dapat nilaga yun? Atsaka isa pa, ano bang ginawa mo sa burger mo?"

"Hahaha! Masarap kasi ang burger pag maraming ketchup at may fries! Try mo! Saka try mo din french fries na sinawsaw sa may coke o kaya sa sundae, nakakatuwa!"

"Eh?" tinry ko nga yung sinabi niya at hmm! Ang sarap! Ang sarap nga at ang sarap sa pakiramdam na kasabay kong mag-lunch ngayon si Chad at okay na kami ngayon. Magaan na ang pakiramdam ko ngayon.

"Oh Eya, may dumi ka dito," bigla niyang tinuro yung gilid ng labi niya, sinubukan ko naman tanggalin yung dumi sa may labi ko na sinasabi niya. "Hindi dyan, isod mo pa ng konti yung daliri mo."

"Ha? Dito ba?" sinubukan kong iisod ng konti ang daliri ko para tanggalin yung dumi na sinasabi niya.

"Hindi dyan."

"Saan ba?"

"Halika dito, lumapit ka, tatanggalin ko," nilapit ko nga ang mukha ko sa kaniya, hinawakan niya yung baba ko at akala ko tatanggalin niya yung dumi sa may gilid ng labi ko pero nabigla na lang ako nang lagyan niya ng ketchup yung tuktok ng ilong ko.

"Waaa! Ano ka ba!" lumayo ako sa kanya at pinunasan ang ilong ko ng tissue, tiningnan ko siya ng masama pero tawa lang siya ng tawa kaya naman kumuha din ako ng ketchup at nilagyan ko din siya sa may mukha niya.

"Aba!" nabigla siya sa ginawa ko at kinuha niya yung sundae niya at pinahid sakin.

"Oy!" hinagisan ko siya ng french fries. Walang magpaawat samin sa food fight namin hanggang sa may nakapansin na saming staff ng Jollibee, pinagalitan kami sa paglalaro namin sa pagkain. Nagsorry naman kami at tinapos na yung pagkain namin habang ang dungis at ang lagkit-lagkit na naming parehas dahil sa mga pagkain at sauce na hinagis namin sa isa't isa.

Nung makatapos na kaming kumain sa Jollibee, bumalik na kami sa may Willford, pinahiram ako ni Chad ng extra shirt niya para makapagpalit daw ako kasi nadumihan na yung damit ko ng ketchup. Naglinis ako sa may cr ng girls at nagpalit ng shirt ni Chad, medyo malaki nga ito sakin hanggang tuhod ko. Habang nasa may cr pa ako, inamoy ko yung suot kong damit at hmm! Ang bango niya, kapit ang amoy ni Chad sa damit. Hindi ko tuloy napigilan ang mapangiti, kinikilig akong isipin na gamit ko ang isang bagay na naisuot na niya.

Haay Eya, you're so hopeless kinikilig ka pero inlove na yung tao sa iba. Wala kang pag-asa bakit kinikilig ka pa?

Ayoko na sanang hubarin pa yung damit na pinahiram sakin ni Chad hanggang pagtulog ko pero no choice ako nang mag-part time na ako sa resto, syempre kelangan kong isuot ang waitress uniform ko. Pero habang nagtatrabaho ako wala na akong ginawa kundi isipin si Chad, minsan nga nai-space out na ako napapagalitan tuloy ako ni Auntie. Ang lakas na ata ng tama ko! Kaloka ha! Maganda na talaga mood ko sa buong araw kaso naalala ko na kelangan ko pumunta sa bahay ni Cross at dun na tuluyang nasira ang araw ko, Cross never really fails to ruin my day kahit gaano pa kaganda ang naging araw ko.

"Hoy cookie monster!" sabi ko pagkapasok ko ng kwarto niya, gusto ko siyang sigawan dahil sa ginawa niya kagabi sa pagsusulat sa mukha ko. Akala niya ba madaling magbura ng pentelpen sa mukha? Halos mamula at mapunit na yung mukha ko kakapunas ko para lang matagal yung mga drawing.

"Anong tinawag mo sakin?!" inis na sabi niya habang nakahiga siya sa kama at nakapatong yung kanang braso niya sa noo niya. Magulo yung pagkakahiga niya sa kama tapos naka-uniform pa siya.

"Oy, anong problema mo? Bakit ganyan ka?" medyo weird kasi eh, bukod sa inis yung mukha niya para bang mukhang natataeng hindi maintindihan yung mukha niya. Yun bang expression ng mukha na parang may nararamdamang hindi maganda.

"Wala. Wala." Tumalikod lang siya sakin, humarap siya sa kabilang side ng higaan. "Umalis ka na lang!"

Medyo nawi-weirduhan talaga ako sa kanya kaya lumapit ako tapos hinawakan ko yung noo niya na bigla niyang tinampal paalis. "May lagnat ka ah!"

"And so?!"

"Waaawwww. Nilalagnat din pala mga katulad mo? Akalain mo yun," amazed na amazed na sabi ko. I mean, ngayon ko lang makikitang nilalagnat ang isang tulad ni Cross.

"Anong ibig mong sabihin ha?!" grabe naman 'to, may sakit na't lahat nagtataray pa rin. Saan ba ito pinaglihi? Grabe.

59

"Wala naman. Naku, mabuti pang ikuha na kita ng thermometer para masukat natin yang lagnat mo tapos kukuha na rin ako ng gamot, kumain ka na ba?" kahit naman inis ako kay Cross, hindi pwedeng pabayaan ko na lang siya, may obligasyon din naman ako sa kanya bilang personal maid niya. Marunong din naman akong rumespeto sa trabaho ko kahit hindi karespe-respeto yung pinagtatrabahuhan ko.

"Oh eto, galing sa kusina," matapos kong makuha lahat ng kelangan ko para kay Cross ay bumalik ako sa may kwarto niya na may dala dalang trey, "Sabi ko may lagnat ka kaya yung isa sa mga taga luto dun pinaggawa ka ng mainit na soup. Bagong luto. Kumain ka muna tapos saka mo inumin ito," tinuro ko yung capsule na nasa trey. Ang taas ng lagnat niya, sinukat ko kasi sa thermometer, mag-fo-forty °c ang lagnat niya. Sinunod naman niya yung ginawa ko, kinain niya yung soup tapos ininom niya yung capsule at pagkatapos ay humiga na ulit siya. But by the looks of him, mukha na talaga siyang nagdedeliryo tapos nabigla pa ako nang bigla siyang tumayo at nagdiretso sa banyo ng kwarto niya at sumuka. Sinundan ko siya dun para mahimasmasan ko siya sa likod para hindi maging masakit yung pagsuka niya.

"Ano ba yan, nasusuka ka pa. Ano ka ba buntis? Magpa-ospital ka ka kaya?"

"Buntis mo mukha mo," matamlay na sabi niya habang pinupunasan na yung bibig niyang mai-mumog ito. "Tsaka hindi ko kelangan magpa-ospital, magpapahinga lang ako dito tapos wala na 'to bukas."

Babalik na sana siya sa higaan niya pero nakakailang lakad pa lang siya ay natumba na siya pero buti na lang naalalayan ko kaagad. Nanghihina talaga siya, ang init nga ng katawan niya, nakakapaso.

"Tingin ko dapat magpa-ospital ka na, baka magoverheat ka sa taas ng lagnat mo."

"H-hindi na sabi eh!" inis na sabi niya.

"Okay fine. Edi hindi," napakasungit talaga kahit may sakit na't lahat. Inalalayan ko na lang siya papuntang higaan niya. Kitang kita ko kung papaano siyang pinagpapawisan, basa na nga yung uniform niya dahil siguro sa pagsuka niya kanina at dahil na rin sa pawis niya. Para nang naligo yung buhok niya kasi basang-basa ito ng pawis. Pinagmasdan ko siya... ang hot niyang tingnan sa nilalagnat at pawisan niyang itsura habang nakapikit. Ay shet, ano ba 'to, abnormal na ba ako? Sa lahat ng pagnanasaan ko, isang monster pa! Erase, delete. Pero aside sa pagkamanyak ko, anong gagawin ko sa kanya? Hindi naman pwedeng matulog siya nang pawisan at amoy suka siya diba?

"Kaya mo bang maghubad?" tanong ko sa kanya na kinabigla niya, napamulat agad siya ng mata.
"HA?! ANONG HUBAD ANG PINAGSASABI MO?!"

"I mean maghubad ng shirt at magpalit dahil tingnan mo yang itsura mo, amuyin mo pati! Matutulog ka ng nakaganiyan?" wag nyo pong isiping minamanyak ko siya, concern lang po talaga ako kasi kelangan niya talagang magpalit, hindi makakabuti sa kanya ang matulog ng

61

pawisan at amoy suka.

"Sa tingin mo may lakas pa akong magpalit?!" matamlay pero mataray na sabi nito. Hinang-hina talaga siya.

"No choice, ako na maghuhubad sayo," lumapit ako sa kanya para i-unbutton na ang uniform niya.

"H-HOY! Anong ginagawa mo?" sabi niya sa nananamlay na boses at sinusubukan niyang alisin ang kamay ko pero hindi niya magawa dahil na nanamlay talaga siya, wala na siyang lakas. "Wag mo akong rape-in!"

"Heh! Rape mo mukha mo!" wala nga sabi akong balak na manyakin siya, ok? Concern citizen lang po ako. Napaka-green minded talaga niya. Siya na nga tinutulungan kong magpalit ng nakakadiring pinaghalong suka at pawis na uniform niya tapos ako pa sasabihan niyang nangrerape. Bubugbugin ko 'tong isang 'to eh.

"Eh ano sa tingin mo ang ginagawa mo? Hindi ba rape yan?! Hoy wala akong balak magpa-rape sa panget na tulad mo!" Sinapak ko ito sa sinabi niya.

"Pwede bang manahimik ka na lang? Promise, wala akong gagawin sayo. Wala rin akong interest na pagnasaan ka! Ayokong malahian ng halimaw!"

"Anong sabi mo?!" Argh! Bakit ba kahit may sakit na siya't lahat napakasungit, napakataray at napakamapanlait pa rin niya? As in, inborn na ba sa kanya yang mga ugaling yan?

"Alam mo, bahala ka na sa buhay mo! Napaka-arte mo!" binitawan ko na yung polo niya na nabuksan ko lang ang first two buttons." Dyan ka na. Tawagin mo na lang ako kung may kelangan ka!"

Lumabas na ako ng kwarto niya. Mukhang hindi niya naman kelangan ng tulong, mabuti pang magpunta na lang ako sa kwarto ko para makapag-aral meron pa akong mga nalalapit na tests. Nag-aral ako dun nang nag-aral hanggang sa hindi ko namalayan na nakatulog na pala ako. Nagising lang ako nang mag-beep yung telepono sa kwarto ko, yun yung connected telephone sa kwarto ni Cross, ginagamit niya yun para tawagan ako pag may kelangan siya.

"Ano naman kayang kelangan nun sa gantong oras?" napatingin kasi ako sa bedside clock, mga 2:40am na, I rub my eyes bago ko sagutin yung phone. "Oh anong---?"

Naputol na lang ako sa pagsasalita ko nang marining ko siyang nauubo-ubo at parang hirap magsalita. "H-hindi ako makatulog..."

"So?" yun ang feel kong sabihin sa antok pero naawa naman ako sa tono ng boses niya kasi parang hirap na hirap siya, ubo pa siya nang ubo. "O sige, pupunta na ako dyan," yun na lang nasabi ko at ibinaba ko na yung phone at parang zombieng naglakad papunta sa kwarto niya, antok na antok pa kasi ako. Kagabi pa ako puyat.

"P-patayin mo nga yung aircon, nilalamig ako eh," yun yung unang utos niya as soon as nakapasok ako sa kwarto niya. Sinunod ko yung sinabi niya. "Napatay ko na."

"Niloloko mo ba ako? Ang lamig-lamig pa eh!"

"Nakapatay na nga sabi, baka gusto mong ikaw patayin ko para hindi ka na lamigin?!" naaasar kong sabi. Sinabi na kasing pinatay ko na yung aircon, ang kulit-kulit pa. Pag ganto pa man ding naistorbo ako sa tulog, madaling uminit ang ulo ko.

"Kuha mo akong tubig!" utos na naman niya habang umuubo-ubo. Inabot ko lang sa kanya yung tubig na nakapatong sa sidetable niya.

"Oh."

Umupo naman siya sa pagkakahiga niya para makainom. Ang sama ng tunog ng ubo niya, hinipo ko yung noo niya na kinabigla niya. "H-hoy! Wag mo akong manyakin!"

"Wag ka nga! Hindi kita minamanyak, tinitingnan ko lang kung gaano pa kataas ang lagnat mo!" tumahimik na lang siya, pinakiramdaman ko ang temperature ng noo niya. "Ah grabe! Ang taas ng lagnat mo! Ang init-init ng body temperature mo, magpa-ospital ka na kaya? Tatawagan ko na yung driver para mapahatid ka sa ospital!"

Tumalikod na ako nun para lumabas at matawag yung driver nang bigla niya akong hinawakan sa kamay at pinigilan.

64

"Huwag!"

Nagtaka ako sa sinabi niya, napaharap ako sa kanya, hirap na hirap yung expression niya tapos paubo ubo pa siya, tagaktak nga siya ng pawis and come to think of it, nilalamig pa daw siya nan, eh pawisan na siya! Iba na talaga 'tong sakit nito, ang taas ng lagnat!

"Bakit naman? Kelangan mong magpa-ospital sa lagay mong yan, feeling ko mamamatay ka nang hindi oras dyan."

"Wag nga sabi! Mas prefer ko pang mamatay kesa magpaospital." Nanlaki naman yung mata ko sa sinabi niya. "Alam mo, hindi bad idea yan kaso nga lang pag nadeds ka baka ako malagutan, sabihin pinabayaan kita kaya hindi pwede, tatawagin ko na yung driver para madala ka sa hospital kaya bitawan mo na kamay ko."

"Ayaw," parang bata niyang sabi na mas hinigpitan ang hawak sa kamay ko. Nakatungo siya.

"Ano bang problema mo? Bakit ba ayaw mong magpa-ospital?!"

"Eh ayoko sabi!"

"Bakit nga?!"

"Basta ayaw ko!"

"Pag sinabi mo sakin kung bakit ayaw mo promise hindi ko na sasabihin sa driver na ipadala ka sa ospital."

"Promise?" tumingin siya sakin na parang batang nag-aassure na tutuparin ko yung promise ko. Awww. Bakit parang feeling ko nakukyutan ako sa kanya? Yung itsura niya parang isang maamong puppy, parang nawala lahat yung monster aura niya. Sana pala lagi siyang may sakit, ang cute niya eh.

"Promise."

Huminga siya nang malalim bago magsalita.

"Ayaw kong magpaospital kasi...."

Dear diary,

This is my first time na magkaganito sa isang lalaki, kahit kelan hindi pa ako ngumingiti mag-isa na parang baliw ng dahil lang sa isang lalaki. Pero ano bang magagawa ko, ang lakas ng epekto sakin ni Chad. Hindi ko na talaga itatanggi pa na crush na crush ko siya! Oo na, wala na talaga akong pag-asa, ang panget-panget ko tapos ang gwapo-gwapo niya. Anong pag-asa ng isang tulad ko sa isang tulad niya? Ajuju. Okay lang, hanggang lihim na pagnanasa este pagtingin na lamang ako sa kanya.

- Eya

P.S. Ano kayang problema nitong si Cross? Bakit ayaw niyang magpa-ospital? What's the big deal? Pero grabe, ngayon lang ako nakakita ng taong nanghihina na sa sakit nagagawa pang magtaray at magsungit. Monster talaga.

Chapter 3

"Ayaw kong magpa-ospital kasi…"

"Kasi?" grabe naman, pabitin effect pa 'tong Cross na 'to. Bigla siyang umiling, "Ah, wala wala. Nevermind. Sige tumawag ka na ng driver. Magpapaospital na lang ako."

Sudden change of mind? Huh? "Wait. Teka, bakit nga ayaw mo magpa-ospital?"

"Hindi mo ba narinig ang sinabi ko kanina? Sabi ko diba, tumawag ka na ng driver at magpapaospital na lang ako!" humiga na ulit siya at nagtalukbong ng kumot. He's really a mongoloid. Napakaweird, ang gulo ng isip niya. At ganun na nga yung nangyari, nagpa-ospital na nga si Cross. Nung una nga nabigla yung mga tao dun sa bahay nila, as in parang may grand commotion about sa pagpapa-ospital ni Cross, na para bang bago yun? Kapag tinatanong ko naman kung anong meron, iniignore lang nila ako. Ayy? Anong meron kaya sa pagpapa-ospital ni Cross? Ano bang meron? Nakakaasar ah, naku-curious ako.

Medyo inaantok pa ako dahil hindi na naman ako nakatulog ng ayos, bangag na ako sa tulog nito. Pero no choice ako kundi gumising pa rin ng maaga dahil may pasok pa ako. Paalis na sana ako nang biglang nakasalubong ko si Mr. Sandford, ang tatay ni Cross.

"Ah, goodmorning po!"

"Goodmorning din hija!" nakangiting bati nito sakin, magkaibang magkaiba sila ni Cross, hindi masungit at mataray si Mr. Sandford, baka naman nagmana si Cross sa aso nila?

"Ah, hija. I have a favor to ask."

"Ah ano po iyon?" kahit hindi na naman siya mag-ask ng favor, obligatory naman na gawin ko yung iuutos niya diba kasi binabayaran naman nila ako dito. Ang bait talaga nitong si Mr. Sandford, way different kay Cross.

"Umm... You see, na-ospital si Cross and he's confined there for two days. Can you skip class for two days to accompany him? You know, my son Cross has a phobia with hospitals and I don't even know why. When he was 8 he was confined to the hospital but eversince he got out of that hospital, he doesn't want to go back anymore to any hospitals. That's why whenever he's sick, we just contact our family doctor to visit him here. But last night was different, he actually asked to go to the hospital but I'm 100% sure that he's scared to death, the doctors told me that he wasn't able to sleep last night because of his phobia and this fear is not helping him with his health. That's why I'm asking you if you

69

can skip class and be his companion for two days and one night."

"Ah, sure po," yun na lang yung nasabi ko. Kahit ayaw kong umabsent sa school ay wala na lang akong nagawa kundi sumang-ayon, bukod sa fact na hindi naman ako pwedeng tumanggi kasi binabayaran nila ako ay may isa pa akong pakay, gusto kong malaman kung ano ba kinatatakutan nitong Cross na 'to sa hospitals. Sobrang naku-curious ako!

"Salamat hija. Sumama ka na sakin, didiretso na rin naman ako dun sa hospital para dalawin ang anak ko." Wow, kahit busy na tao si Mr. Sandford may time siyang bisitahin yung anak niyang may sakit, kadalasan kasi yung mga magulang na busy walang time para bisitahin mga anak nila. Kakaiba talaga si Mr. Sandford, saludo ako!

Nakarating kami sa hospital kung saan naka-confine si Cross, nasa may 3rd floor siya sa isang private room. Naunang pumasok si Mr. Sandford, nanunuod ng tv nun si Cross, hindi ko alam kung anong pinapanuod niya kasi hindi ko kita sa kinatatayuan ko. Nasa taas kasi yung tv.

"What are you doing here old man---- WAIT! What is she doing here as well?!" pagsigaw nito samin pagpasok namin. Pinanganak ba talaga si Cross na may galit sa mundo?

"Cross, she'll accompany you for your whole stay here in the hospital."

"And why so?" irritated na sabi ni Cross. Tumahimik na lang ako,

70

bahala na silang magtalo ng tatay niya, wala na akong lakas pang umimik at makipagsagutan dyan sa Cross na yan kasi puyat na puyat na talaga ako.

"So you wouldn't be afraid anymore. We all know that you're afraid of hospitals."

"A-anong pinagsasabi nyo! I don't need anyone to accompany me! J-just leave me alone!" pinapagalitan niya kami but he's stammering while he's speaking.

"No. The doctor said that last night you weren't able to sleep because of whatever fear you have for the hospital at sabi niya na it's not good for your health. It'll worsen your health, so I think the best solution for it is to have Ms. Rodriguez to accompany you."

"Ayoko! H-hindi sabi ako takot sa kung anuman eh! Wag nyo nga akong ituring na bata!" paano ba siyang hindi ituturing na bata kung para siyang bata talaga kung umakto? Nagmamaktol pa siya. Haay nako!

"I don't want your condition to get worse kaya mabuti pa Cross, makinig ka na lang sakin. It's already decided, Ms. Rodriguez will nurse you." Tapos lumabas na si Mr. Sandford at naiwan akong mag-isa dun kasama si Cross na nakabusangot ang mukha.

"Yuck. Ms. Rodriguez will nurse you... yuck. Nurse him? Pwedeng ibang term naman gamitin niya diba? Yuck talaga."

"Hoy ikaw! Anong binubulong mo dyan?!"

"Wala! Wala ka ng pakelam dun," naglakad na ako papunta sa upuan sa tabi ng higaan niya at umupo dun.

"Anong ginagawa mo?!" mataray pang tanong nito.

"Edi umuupo, sa tingin mo? Mukha ba akong lumilipad sa paningin mo?" pagpapakasarcastic ko. Argh. Nababadtrip talaga ako palagi sa Cross na 'to, sumasakit na nga ulo ko sa puyat, sumasakit pa ulo ko sa nakakasurang Cross na 'to.

"Wag kang tumabi sakin!" pag-uutos nito.

"Bakit? Dahil ba mahahawa ako sa sakit mo?" concern ba siya?

"HINDI! Dahil mahahawa ako sa kapangitan mo!" sisipain ko na talaga 'tong Cross na 'to, pigilan nyo ako! Akala ko pa man din kaya niya ako pinapaalis sa tabi niya kasi worried siya na makahawa siya ng sakit niya, ayun pala ayaw niyang mahawa sa kapangitan ko. Napaka-antipatiko talaga!

"Napaka-arte mo ha! Pasensiya naman ha, pangit ako. Wag kang mag-alala hindi ako contagious!"

"Siguraduhin mo lang! Ayokong maging kasing panget mo. Mabuti pa talupan mo nga ako ng mansanas!"

Nakita ko yung mga prutas na nakalagay sa isang malaking bowl na nakapatong sa sidetable niya, imbis na mansanas ang kinuha ko ay yung saging ang inabot ko sa kanya. "Ayan. Kainin mo."

"Oh ano 'to?! Sabi ko mansanas diba hindi saging!"

"Wag kang maarte, magsaging ka na lang, madali yang kainin, kaya mong talupan sa kamay yan."

"Ayoko nito. Gusto ko mansanas! Talupan mo ako ng mansanas!"

"Yan na lang sabi ang kainin mo, tutal mukha ka namang unggoy bagay yan sayo!"

"Anong sabi mo? Ihagis ko 'tong saging sayo eh! Pwede ba talupan mo na lang ako ng mansanas!" daig pa nito ang batang nagkakatantrums kaya pinagtalop ko na nga lang siya ng mansanas para tumigil na ang pagkaligalig nito.
"Ikaw tatalupan ko ng buhay dyan eh," pabulong kong sabi habang tinatalupan yung mansanas.

"Anong sabi mo?!"

"Wala sabi ko, kelan pa natutong kumain ang unggoy ng mansanas!"

"Nang-aasar ka ba?!"

"Hindi obvious?! Oh eto mansanas mo, kainin mo at manahimik ka na lang!"

"Ikaw ang manahimik!" sabay tanggap niya sa mansanas at kinain ito. Isip bata. Nanahimik na nga lang din ako kasi nakakapagod makipagtalo. Mga bandang 6pm yun nang may dumating siyang mga bisita, apat na lalaki at isang babae.

"Wow. So ikaw pala yung maid na sinasabi ni Cross!" tuwang-tuwang sabi nung isang lalaki. "Ako nga pala si Seven!"

"Ah hello," yun lang sinabi ko. Medyo naweweirduhan ako sa kanya eh, feeling ko napakaplayful ng ugali niya, para bang kagaya siya ni Cross na may multipersonality. Sabagay birds of the same utak and ugali flocks together, yun nga lang mas mukhang palangiti itong Seven na ito. Nagpakilala din naman sakin yung iba, yung isang girl ay girlfriend ng isa sa mga kaibigan ni Cross tapos andun din si Ian at kinamusta niya ako. Nagdaldalan kami dun, wow hindi rin naman pala kasing sama ng iniisip ko ang mga ugali ng kaibigan ni Cross, mababait din naman sila at friendly sakin hindi kagaya ni Cross, siguro kabukod tangi talaga si Cross na may mala-halimaw na ugali unique kumbaga, special kasi, special child.

"Guys, yosi lang ako saglit ah? Balik ako," biglang nagpaalam si Ian na lalabas muna siya saglit upang manigarilyo.

"Sama ako sayo," tumayo ako para sumama kay Ian sa labas, bukod kasi sa kelangan kong tawagan si Auntie upang makapagpaalam sa kanya na hindi ako makakapagpart time ngayon ay may gusto rin akong itanong kay Ian, yung tungkol sa mga binigay niya sakin. Naguguluhan pa din kasi ako.

"Uy, may itatanong ako sayo, para saan ba yung mga binigay mo sakin nung isang araw?" nasa may labas na kami ng ospital, sa may tapat, at tapos na akong tumawag kay Auntie ng tanungin ko siya, nagsisindi siya ng sigarilyo nung lumingon ako sa kanya. "Fairy godfather ba kita?"

Habang naninigarilyo siya ay naubo siya sa sinabi ko, natatawang nauubo siya."Hahaha! Pwede na rin! Hahaha! Ginagamit mo ba yung mga binigay ko sayo?"

"Uhh oo kahit medyo awkward gamitin kasi binigay sakin ng taong hindi ko naman masyadong kilala at hindi ko alam kung bakit binigay sakin ay ginagamit ko pa rin ang mga ito, sayang naman kasi kung hindi ko gagamitin."

"Good. Nakikita ko nga improvements mo, nawawala na ang mga pimples mo. Medyo konti na lang sila, continue mo lang ang paggamit sa mga gamot na yun. Kelangan kuminis ang mukha mo."

"Ah... okay? Ano ba course mo? May balak ka bang maging dermatologist at mukha ko pinagpa-praktisan mo?"

"Hahaha! Hindi ah! Ang layo ng course ko sa pagiging dermatologist! Hahaha!"

"Kung ganun bakit mo nga ako binigyan nung mga ganun?"

"Para mas mapansin ka ni Cross!"

"Ano? Bakit naman ako kelangan mapansin ni Cross?"

Humithit muna siya ng ilang beses sa may sigarilyo niya tapos tinapon niya ito sa sahig at inapakan upang patayin sabay pinatong niya yung kamay niya sa may balikat ko at ngumiti, "Sa tingin ko kasi bagay ka kay Cross, bagay ang ugali niyong dalawa sa isa't isa. Bilang bestfriend niya, I'm rooting for you!"

Nanlaki ang mga mata ko sa sinabi niya kaya naman tinulak ko siya, "Sira ulo ka ba? Ano ba pinagsasasabi mo? Eew kaya!"

Tumawa lang siya, "Promise bagay talaga kayo! Hahaha! Cross never talks about someone that much like how he talks about you everytime we see each other."

"Sigurado naman ako masasamang bagay ang sinasabi niya sakin, Cross hates me as much as I hate him. We hate each other sa madaling salita kaya hindi kami bagay, never ever, eew."

"Well yeah, lagi niyang sinasabing nakakainis ka daw and he hates you so much pero sabi nga nila the more you hate the more you love! Bwahaha!"

"Heh! Magtigil ka nga! Tantanan mo nga ako, hindi magandang joke yan, nakakakilabot na ha!"

"Speaking of nakakakilabot, alam mo ba kung bakit takot si Cross sa ospital?"

Bigla akong naging interesado sa pakikinig sa kanya nang mabanggit niya yun. "Bakit?"

"Nung naconfine kasi siya dati sa ospital nung 8 years old siya, dumalaw ako sa kanya at kinuwento ko sa kanya na sa lahat ng ospital, may multo. Kung anu-anong kwentong nakakatakot sa may ospital ang kinuwento ko sa kanya, sobrang natakot si Cross at naniwala sa mga sinasabi ko. Alam mo sigurong takot sa multo si Cross diba? Kaya ayun, ayaw na ayaw niya sa mga ospital lalo na sa gabi kasi iniisip niya yung mga kwento ko sa kanya dati."

"Haha! Ikaw pala ang salarin kaya ayaw niya sa ospital lalo na sa mga multo!"

Tumawa lang siya. "Oo, wag kang maingay sa kanila ah baka pagalitan ako. Haha! Yan kasing si Cross, kung titingnan mo sa panlabas na anyo parang walang kinatatakutan na para bang isang halimaw pero ang totoo niyan, sa loob loob niya marami siyang kinatatakutan at para talaga siyang isang bata kumpara sa isang halimaw. Let's say na inside him he's actually fragile. Hahaha!"

After ng daldalan namin ni Ian sa labas ng ospital ay bumalik na kami sa loob. Nag-stay sila dun for another hour tapos umalis na din sila.

Nung bandang 11pm na at kelangan na naming matulog pinatay ko na yung ilaw sa hospital room ni Cross.

"B-bakit mo pinatay yung ilaw?!" biglang tanong ni Cross. Hindi muna agad ako sumagot kasi inaayos ko yung kumot ko, sa may sofa dun sa sulok ako matutulog dahil iisa lang ang higaan dito. Buti na lang nga malaki yung room na kinuha nila at merong sofa na pede kong higaan.

"Syempre matutulog na kaya tayo, anong gusto mo nakabukas ang ilaw? Hindi ako makatulog ng nakabukas ang ilaw nuh."

"Ayoko! Buksan mo ilaw!"

"Bakit?"

"Basta buksan mo!"

"Ayoko!"

"Sino ba amo dito?! Ako o ikaw?" Lumapit lang ako sa kanya at binuksan ang lampshade sa bedside table niya. "Ayan, may ilaw ka na sa tabi mo, hindi na kelangang bukas ang ilaw ng buong kwarto, hindi ako makakatulog! Parang awa mo na dalawang gabi na akong hindi nakakatulog ng ayos dahil sayo!"

Naiinis na talaga ako. Kelangan ko ng tulog. Tumahimik naman siya nang buksan ko yung lampshade. Medyo dim sa room kasi maliit lang yung lampshade pero sa tingin ko, makakatulog pa rin naman ako kahit may konting ilaw. "Hoy bakit, bakit dyan ka matutulog?"

Nakahiga na ako dun sa sofa at nagtalukbong na ng kumot. "Saan mo gustong matulog ako? Alangang sa sahig? Syempre dito ako sa sofa. Manahimik ka na nga lang at matulog ka na, pwede ba? Please lang?"

Tumahimik naman ulit siya pero after ilang minutes, nagsalita nanaman siya. "Narinig mo yun?"

"Ang alin?" iyamot na sabi ko habang nakapikit na.

"Yung footsteps!"

"Ano ba! Mga nurses lang yun na pabalik-balik sa mga ibang kwarto ng pasyente o sa mga wards!"

"Ah ganun ba?" parang narelax na sabi niya. Don't tell me, iniisip niyang multo yung mga footsteps? Grabe lang ha? Laki talaga ng takot niya sa mga multo. Paranoid na ata itong isang ito.

"Panget..." ano ba! Hindi niya ba talaga ako papatulugin? Bigla na naman kasi siyang nagsalita after some minutes of silence.

"Ano?!" I grunted.

"Bakit ang tahimik?"

"Syempre gabi na! Tulog na mga pasyente! Anong gusto mo maingay dito sa gantong oras na parang may nagpaparty? Alam mo, matulog ka na lang," nakakainis talaga. Ang kulit niya.

"Hindi ako makatulog," sabi niya pero hindi ko na lang siya pinansin. Pinili ko na lang na manahimik para magtigil na siya sa pagsasalita. Magpapanggap na lang akong tulog na.

"Panget..." hindi ako umiiimik. Tulog po ako! Tulog!

"Huy panget..." lalala! Tulog ako, wag mo akong tawagin. "Panget... tulog ka na ba?" oo tulog na ako kaya wag mo akong kulitin!

"Tulog na nga ata." buti naman at naisip mo ring tulog na ako, kaya ngayon pwede ka ng tumahimik, "Ah hindi ako makatulog. Nakakainis kasi yung Ian na yun, tuwing naaalala ko kwento niya natatakot ako!"

Kinakausap niya ba sarili niya? Mababaliw na ata 'tong si Cross sa takot eh.

"Ayoko na. Sobrang tahimik. Nakakatakot naman dito! Dapat kasi sa bahay na lang talaga at hindi na lang ako nagpa-hospital. Akala ko pa man din mawawala na sa isip ko yung mga kwento ni Ian pero yun pala hindi pa. Nakakainis naman eh! Bakit ba kasi ang laki ng takot ko sa mga multo! Para naman akong bata! Napakaduwag ko! Nakakainis!" iritang-irita ang boses ni Cross. Kinakausap niya ang sarili niya at naiinis siya. "Hindi ako makatulog. Bakit ganun...?"

Desperado na yung boses ni Cross. Naawa naman ako sa kanya. Para bang hindi ako sanay na naririnig siyang ganto, sanay kasi ako na galit sa mundo ang ugali niya pero ngayon para bang paiyak na siya... Para bang bata siyang takot na takot.

"Cross..."

"Gising ka pa?" nabigla niyang sabi.

"Oo."

"N-narinig mo lahat ng sinabi ko?" mukhang hindi siya makapaniwalang nabuking ko siya.

"Oo."

"Argh! Eh bakit hindi ka naimik! Nagmukha tuloy akong tanga dito!" inis na sabi niya.

"Mukha ka naman talagang tanga."

"ANO?!"

"Pero alam mo wag kang matakot, hindi naman totoo ang mga multo, at kung totoo man sila hindi ka naman nila sasaktan eh. Spirits lang sila nuh? Baka sila pa nga matakot sa pagmumukha mo at katarayan mo."

"Anong sabi mo?!"

Napatawa ako sa inis niya. "Joke lang. Ito naman. Pero magrelax ka lang kasi, matulog ka na, wala namang multo dito."

"Hindi ko magawang magrelax," he sighed. "Natatakot talaga ako..."

WOW. Inamin niya talagang natatakot siya without any hesitations, akala ko ba mataas ang pride niya? Siguro, takot na takot na talaga siya. "Pwede bang dito ka na lang sa tabi ko matulog?"

Huh? Niyayaya niya akong matulog sa tabi niya? Epekto ba ito ng matinding lagnat at takot? Ewan ko parang may kumulbit sa puso ko nang maaninag ko yung mukha niya mula sa liwanag ng lampshade habang niyayaya niya akong matulog sa tabi niya. Alam nyo ba yung feeling na para kayong nakakakita ng bata na gustong tumabi sayo sa kalagitnaan ng gabi kasi nagkaroon siya ng masamang panaginip? Nawala yung pagiging monster looking ni Cross, mukha na lang siyang cute na takot na small teddy bear ngayon. May mga tao talagang hindi mo pwedeng basta bastang husgahan sa panlabas na anyo, minsan kasi ang totoong katauhan talaga nila ay yung nasa saloobin nila. Parang si Cross, halimaw sa panlabas na anyo pero isa pala itong batang iyakin sa loob loob. To be honest, I find this side of him cute.

"H-ha? Anong sabi mo?"

"S-sabi ko tabihan mo ako!" sumigaw siya but his voice actually croaked which shows how embarrassed he was with his request kahit hindi kita ng maayos ang expression ng mukha niya sa dim light.

"Eh?!"

"T-tabihan mo ako!" nanginginig na sabi nito. "P-pero don't think anything dirty! Wag kang green minded! Gusto ko lang na tumabi ka dito sakin para mahawa ka sa lagnat ko at mamatay ka!"

Ibang klase rin ah. Mag-aask na nga lang ng favor nangunguna pa rin ang nakakainis na ugali niya! Gets ko naman kung bakit gusto niya ng may katabi, alam kong para siyang isang 5 years old ngayon na hindi makatulog sa takot. I understand him, I was like him when I was 7 years old nung binangungot ako at pumunta ako sa kwarto ng parents ko nung buhay pa sila, umiiyak ako nun sa takot at gusto kong tumabi sa mga magulang ko.

"Kapag nanghihingi ng favor, anong sinasabi? Hindi ba dapat magpe-please muna?" sinusubukan ko munang asarin siya dahil sinisira niya tulog ko. Tatabihan ko naman siya eh, hindi ako kasing malisyoso niya noh! I'll just do it kasi I know the feeling na you can't sleep because of the fear you have inside you. I've been there in that state so I completely understand his fear.

"Please mo mukha mo!" haay. Ito talaga 'tong Cross na 'to walang pag-asa. Magpe-please lang hindi kayang gawin? Oh well, manigas siya. I understand his fear pero yung pride niya hindi ko magets!

"O sige, suit yourself." Bigla akong nagtalukbong ng kumot at humarap na sa kabilang side.

"O-oy!" natatarantang sabi niya pagkatalukbong ko ng kumot.

"Sssh. Wag kang maingay may natutulog."

"Wag kang matulog! Tabihan mo sabi ako eh!" grabe, 19 years old na nagkakatantrums pa. How childish can he be.

"Zzzz." Nagfalse snore ako, pang-asar lang. "Zzzz."

"Haay," narinig kong nagbuntong hininga siya at ang sumunod na ginawa niya ay hindi ko inaasahan. "Eya, please?"

Napa-upo agad ako sa pagkakahiga ko at sabay tanggal ng nakatalukbong na kumot sa mukha ko, "Teka, anong sinabi mo?"

"Bingi! Hindi ko na uulitin!"

"Hindi ah?" tinaasan ko siya ng kilay.

"Ok fine. PLEASE!" he bit his lip. He's really embarrassed about this.

"Ano ulit?" ang sarap niyang asarin. Mwahaha.

"PLEASE!" impit na sigaw niya.

Si Cross Sandford na nagsabi ng salitang "please" ay isang bagay na alam kong once in a blue moon lang nangyayari kaya naman nasorpresa talaga ako sa mga sinabi niya kaya naman pinaulit-ulit ko sa kanya 'yon.

"O sige na, sige na." Tumayo na ako sa sofa at lumapit sa kanya, nakapameywang ako sa harap niya. "Teka... saan ako hihiga dito? Kasya ba tayo sa kama?"

"O-oo naman noh! Hindi naman ako baboy!"

"Relax lang! Hindi mo kelangang sumigaw! Anong oras na oh, tulog na mga tao dito noh. Wala ka sa bahay mo kaya hindi pwedeng sumigaw ka basta basta sa ganitong oras."

"Nakakainis ka kasi eh," he hisses as he shy away. Shy and embarrassed monster like him does really exist, huh?

"Haay," napakamot na lang tuloy ako ng ulo, "Umisod ka nga ng konti."

Umisod naman siya at nagkaroon kahit papaano ng space, dun ako humiga kahit yung half ng body ko feeling ko anytime malalaglag. Nung nakahiga na ako, humiga na rin siya. Silence. Hindi ako makatulog, nakatingin lang ako sa kisame. Silence... Katahimikan... Silence... Katahimikan... Tulog na kaya? Tumingin ako sa kanan ko para masilip kung tulog na siya kaso...

"AHHH!" bigla akong nahulog sa kama dahil sa bigla ko, paglingon ko kasi sa kanya ay saktong lumingon siya, nagkatinginan tuloy kami at nabigla tuloy ako ng hindi oras.

"Araykupo," sabi ko habang bumabalik ng higa sa kama.

"Ang tanga mo naman para malaglag sa kama!" sinabi niya yun pero nakatingin lang siya sa kisame.

"Sorry naman ha, 50:50 kasi ako sa kamang 'to noh!" ano bang magagawa ko kung single bed lang 'to!

"Oh." Naramdaman kong umipod siya, napatingin ulit ako sa kanya pero nakafix lang talaga sa kisame ang tingin niya. Ini-occupy ko naman yung space na binigay niya kaya naman medyo comfortable na ang higa ko. Umm... Silence ulit? Tama lang talaga ang silence nito kasi diba matutulog na naman kami diba? Alangan naman mag-ingay kami pero ang awkward kasi. Ewan ko, nawala tuloy yung antok ko, hindi tuloy ako makatulog! Argh.

"Wala kang kuto noh?" nabigla ako nang magsalita siya.

"Ha?! Ano ba namang tanong yan! Wala noh!"

"Buti naman. Ayokong mahawaan ng kuto."

"Napaka-arte mo talaga at napaka-antipatiko mo, ikaw na nga 'tong nag-ask ng favor na tabihan ka tapos may gana ka pang mag-inarte."

"Hindi ako nag-iinarte! Ayaw ko lang talaga magkakuto! Kadiri yun!"

"Ewan ko sayo, ikaw pinakamaarteng lalakeng nakilala ko."

86

"Ikaw naman ang pinakapanget na babaeng nakilala ko!"

Aba't! Antipatiko forever itong lalaking ito! Hindi ba siya pwedeng maging mabait sakin kahit ngayon lang? I mean tinabihan ko naman siya ah? Kinocomfort ko naman siya ngayon sa fear niya ah? Ano na lang ba yung magpakabait siya sakin kahit ngayon lang diba? Argh. Wala na talagang pag-asa 'tong si Cross. Napaka-cookie monster ever. Hindi na nga lang ako umimik.

"Hoy..." tinatawag niya ako pero pinikit ko lang yung mata ko at nagpanggap ulit na tulog.

"Hoy..." Lalalala! Tulog na ako. Lalalala.

"Hoy..." naramdaman kong inaalog niya ako sa braso na parang ginigising niya ako. "Uy! Uy!"

"Zzzzzzzzzz!" nagfalse snore ako. Mas lalo tuloy niyang nilaksan ang pag-alog sa braso ko. "Uy gumising ka nga!"

"Ano na naman?!" pinansin ko na nga siya kasi mukhang hindi niya ako titigilan. Ano na naman kaya ang problema niya.

"Sino ba kasing may sabi sayong matulog ka kaagad?!" asar na sabi niya.

"Bakit? Bawal ba akong matulog?" naaasar ko na namang sabi.

87

"Eh basta! Wag ka munang matulog hangga't hindi pa ako nakakatulog! Dapat mauna akong makatulog sayo!"

"Ganun? O siya matulog ka na! Bilisan mo, inaantok na ako eh!" pinikit niya yung mga mata niya pagkasabi ko nun pero after ilang second minulat niya na ulit yun. "Oh bakit?"

"Hindi ako makatulog."

"Argh!" naihilamos ko yung kamay ko sa mukha ko. "Suntukin na lang kaya kita nang makatulog ka kaagad? Ah! Matulog ka na lang kasi!"

"Sa hindi nga ako makatulog eh!"

"Ano ba kasing problema mo?! Bakit hindi ka makatulog?!" asar na asar na talaga ako. Ang nakakainis pa, gustong gusto ko ng sumigaw sa kanya at the top of my lungs pero hindi ko magawa kasi nga nasa ospital kami at tulog na ang mga tao sa paligid. Kaya naman impit na impit ang mga galit naming boses. Pero hindi na siya umimik, nilagay niya yung braso niya sa mukha niya at tinakip niya 'to sa mga mata niya... Nakaganun lang siya at hindi talaga naimik. Tulog na ba siya?

Sniff. Teka... suminghot ba siya? Umiiyak ba siya? Mula sa medyo madilim na kwarto, sinubukan kong tingnan nang maigi ang mukha niya at nabigla na lang ako nang makita kong may mga tumutulo ng mga luha sa pisngi niya. What? Cookie monster is crying?

"Wait Cross, umiiyak ka ba?" Hindi niya ako sinasagot, patuloy lang sa pagtulo ang mga luha niya. Oy, hindi ako nagpaiyak dito ah.

"Cross? Uy Cross.." umangat ako ng konti sa pagkakahiga at hinarap siya, hinawakan ko yung braso niyang nakatakip sa mga mata niya at pinilit tanggalin ito. "Cross an--"

"Ma!" hindi ko na natapos ang pagsasalita ko dahil nabigla ako nang umangat siya at niyakap ako. Ibinaon niya ang mukha niya sa kaliwang balikat ko at nararamdaman kong nababasa ito ng luha niya.

"Ma, natatakot ako." Gusto kong mainis dahil tinatawag niya akong Mama niya. Anong tingin niya sakin ganun kagurang para magmukhang nanay? Pero ayaw ko namang maging insensitive kaya pinigilan ko na lang ang inis ko. Ngayon ko lang nakita sa gantong state si Cross, ganun ba talaga ang takot niya sa mga multo?

"Ma, wag mo akong iwan. Dito ka lang ma!"

"Umm… Cross, dito lang ako hindi kita iiwan but you see hindi ako ang nanay mo eh." I tried my best to sound as sincere as I can. Kahit inis ako sa kanya dahil sa ugali niya ay hindi ko pa rin mapigilan na maawa sa kanya, takot na takot kasi siya.

"S-sorry.." parang natauhan niyang sabi sabay alis sa pagkakayakap sakin at bumalik na ulit sa pagkakahiga niya pero this time nakaside siya ng higa, nakatalikod sakin. Wala na akong nagawa kundi bumalik na lang din ulit sa pagkakahiga pero as soon as I lay myself to bed ay pinagmasdan ko siya, pinagmasdan ko ang likod niya. Hindi ko pa nakikita ang nanay niya at sabi ni Cross namatay daw ito nung 5 years old pa lamang siya, I'm sure miss na miss na ito ni Cross. Bigla tuloy akong nakaramdam ng lungkot, I miss my family too. Nakakarelate tuloy ako kay Cross ngayon, well except for the ghost part. Parehas kaming nangungulila.

"Here we go...Come with me..." sinubukan kong kumanta. *"There's a world out there that we should see. Take my hand, close your eyes with you right here, I'm a rocketeer."*

Ito yung favourite song ko, gustong gusto ko yung lyrics at gusto ko yung tono ng kanta, nakakagaan ng loob. Of course pwera na lang dun sa parte ng rap pero may narinig na din naman akong version nito na walang rap at sobrang ganda at ang sarap nun pakinggan sa tenga.

"Let's fly
Up, up here we go, go
Up, up here we go, go
Let's fly
Up, up here we go, go,
Where we stop nobody knows, knows

Here we go, come with me
There's a world out there that we should see
Take my hand, close your eyes
With you right here, I'm a rocketeer".

Patapos na ako sa pagkanta nang biglang humarap sakin si Cross, nakapikit na siya at sa tingin ko ay nahihimbing na siya sa tulog. Pinagmasdan ko siya habang natutulog, ang himbing ng tulog niya, ang taimtim ng mukha niya. Hindi ko napigilang ilagay ang palad ko sa may mukha niya at punasan ang basa niyang pisngi dahil sa mga luhang pumatak dun kanina, matapos kong punasan ang pisngi niya ay tinanggal ko na ang kamay ko pero pagkatanggal na pagkatanggal ko ng kamay ko ay napansin ko ang pag-angat ng dulo ng mga labi niya at namutawi ang isang ngiti sa mahimbing niyang mukha. Ngayon ko lang siya nakita ng ganto kalapit at ngayon ko lang din siya nakitang ngumiti... mukha siyang anghel.

"Where we stop nobody knows..."

Dug Dug. Wait. What was that? *Dug Dug.* Ah! Wala, wala! Tumalikod na lang ako sa natutulog na Cross habang hawak-hawak ko ang dibdib ko. Ano 'tong malakas na kabog na ito sa dibdib ko? Normal ba 'to? Nagkakaheart attack ba ako? Kelangan ko bang lumabas para magpatingin sa mga doctor? *Dugdug.* Ahh! Ayoko nito, ang lakas lakas ng pagkabog ng dibdib ko. Nakakatakot, parang nakakamatay ata 'tong nararamdaman ko! Mabuti pang magpatingin ako! Dahil hindi ako mapakali sa nararamdaman ko sa puso ko ay bumalik na lang ako dun sa may couch, nag-ingat akong hindi magising si Cross habang umaalis ako sa may higaan. Sinubukan kong makatulog pero hindi ako makatulog, pabaling-baling na ako sa sofa. Nagpapabalik-balik sa isipan ko yung itsura ni Cross na natutulog at naiingayan talaga ako sa tibok ng puso ko. Eya, matulog ka na oy! Sinampal sampal ko ang sarili ko para maalis sa isip ko ang kung anu anong isipin, medyo nahirapan ako pero hindi rin nagtagal ay nagawa ko ding makatulog.

TIKTILAOK.

Joke lang, walang mga manok. Nasa ospital nga kami tapos paano magkakamanok. Nagising lang ako sa tumatamang sinag ng araw sa mukha ko, binaling-baling ko ang mukha ko hanggang sa dahan dahan kong naimulat ang mga mata ko. Tapos pinikit ko ulit. Inaantok pa talaga ako, pakiramdam ko ang bigat ng mga eyelids ko para imulat.

"Are you going to tell me how you stopped the van?" I know that line, sobrang pamilyar nun sakin.

"Yeah. Um... I had an adrenaline rush. It's very common. You can Google it." Teka, teka... kilala ko yang mga boses na yan! Alam ko yang mga lines na yan! Agad agad nawala ang antok ko at bumangon agad ako sa sofa para tingnan sa taas kung saan nakasabit ang tv kung ano ang pinapanood ni Cross.

"Uwaaaa! Twilight!!! Pinapalabas ulit nila sa HBO? Uwaaaa. Wag mo ililipat Cross, please wag!" parang tanga ako dun na nakastuck yung mga mata sa screen. Sorry, obsessed eh.

"Oo na, hindi ko na ililipat. Wag ka na lang maingay," sabi niya habang inaayos yung pagkain na nakapatong sa table niya.

"Ok ok! Thank you Cross!" masayang-masayang sabi ko sabay umupo ako sa kama niya, at parang puppy na nanunuod ng Twilight.

"Wala ka bang balak maghilamos?" tanong niya. Umiling lang ako nang walang lingon lingon o salita sa kanya. Concentrated ako masyado sa panunood eh.

"May muta ka pa oh, meron pang panis na laway dyan sa gilid ng labi mo. Maghilamos ka nga." Hindi ko siya pinansin, umiling lang ako sa kanya. Ayokong magpaistorbo eh, wala pa man din commercials sa HBO. Makakapaghintay naman ang paghihilamos.

"Yuck. Atleast suklayin mo man lang buhok mo, gulo gulo oh, daig mo pa si Medusa," pagrereklamo pa niya. Hindi ko lang ulit siya pinansin and for the third time umiling lang ulit ako sa kanya. Nakakaintindi ba siya ng hindi pwedeng istorbohin?

"My monkey man!" sabi ni Rosaline as Emmett catches the ball. They are the characters from Twilight. Ito yung fave part ko, yung nagbebaseball sila. Ang awesome lang talaga ng part na ito, type na type ko pa yung background music, Blackhole ng Muse.

"Hindi ka ba nagugutom? Hindi ka pa nag-aalmusal?" pang-iistorbo na naman ni Cross. Hindi ko lang siya pinansin at umiling lang ulit ko.

"Bahala ka nga dyan," pagkasabi niya nun, narinig ko ang kalansing ng mga takip at kutsara. Bigla-bigla, nakaamoy ako ng amoy ng fried rice tapos hotdog at itlog. Hmmm... May amoy pa ng sabaw ng sinigang... Hmm.... Ang bango bango! Bigla ata akong nakaramdam ng gutom pero mamaya na ako kakain, tatapusin ko muna 'tong Twilight, wala 'tong commercials eh. Pero...

93

Gruuuuu!!!

"Ano yun?" tanong ni Cross nang biglang tumunog yung tyan ko. Hawak hawak ko lang yung tyan ko at napangiwi sa kanya. "Tyan ko. Gutom ata."

"Bakit hindi ka muna kasi bumili ng makakain mo?"

"Ayoko. Mamaya na pagkatapos nitong Twilight."

"Nye? Eh tumutunog na yang tyan mo sa gutom, inuuna mo pa yang Twilight. Abnoy ka ba?"

"Kasi nga wala namang commercials yan eh! Ayaw kong mamiss out ang Twilight!"

"Alam mo, abnormal ka talaga! O eto, hatian mo na lang ako kung ayaw mo pang bumili ng makakain," bigla niyang nilapit sakin yung maliit na table na nakapatong sa higaan. Napatingin lang ako sa kanya. "O ano? Ano pang tinitingin-tingin mo? Ayan na kutsara oh!"

Inabot niya sakin yung kutsara, kinuha ko naman ito pero tinitigan ko pa rin siya. "Cross, ok ka lang? Bakit ang bait mo ata?" tapos bigla kong pinatong ang kamay ko sa may noo niya na agad niya namang inalis. "Bumabalik na naman ba ang lagnat mo?"

"Ano ba," inis na sabi niya at tiningnan niya ako ng masama tapos

94

inagaw niya sakin ulit yung kutsara. "Kung ayaw mo, wag mo!"
"Ah wala akong sinabi ah! Penge!" kinuha ko ulit sa kanya yung kutsara.

"Ang arte mo, dalian mo sumubo ka na lang!" ginawa ko naman yung sinabi niya at sumubo ako ng fried rice na may itlog, hotdog at green peas.

"Halinghinan tayo!" tapos kinuha niya sakin yung kutsara habang ngumunguya pa ako, kumuha naman siya ng rice niya at sumubo din... with the same spoon. Ganun lang kami. Halinghinan, share lang sa food. Teka... iisa lang ginagamit naming spoon diba? Not to mention na halinghinan kami sa pagsubo dun... wait lang, indirect kiss 'to ah? Eew. Kay Cross? Indirect kiss kay Cookie monster? Eeew.

Dear diary,

Ito ang pangalawang beses na kasama kong natulog si Cross (oh wag mag-isip ng masama, wala kaming ginawa na kung anong rated X) Nung una sa may student council room tapos ngayon naman sa ospital. First time kong nakitang umiyak si Cross, akalain mo yun umiiyak pala si Cross, may ganung side rin pala siya ("tao" side) Pero bakit tumibok ng ganun yung puso ko nung makita ko ang mukha niyang natutulog at nakangiti? Ahh! Kinikilabutan ako sa sarili ko! Brr! Pero sa totoo lang, after that night gumaan kahit papaano ang pakiramdam ko kay Cross. Of course nakakainis pa rin siya pero ngayon alam ko ng tao rin pala siya... kahit hindi halata.

-Eya

Chapter 4

"Halika na, sumama ka na sakin!" tinulak- tulak ko si Chad sa likod niya para magpatuloy siya sa paglalakad sa may corridor, lunch break na kasi at niyaya ko siyang sumabay sakin sa lunch kasi niyaya ako ni Lory na maglunch ng sabay so that means na kung sasabay din sakin si Chad sa pagla-lunch may chance siyang makita at makausap si Lory. He told me na iniiwasan daw kasi siya ni Lory after the party kaya naman gumagawa ako ng paraan ngayon para magkausap sila, atleast man lang makabawi ako sa kapalpakang ginawa ko.

"Pero hindi naman niya ako inimbita na sumabay sa kanyang mag-lunch," lumingon siya sakin habang tinutulak ko pa rin siya.

"Okay lang yun, kelangan mo siyang kausapin diba? Eto na ang chance mo!" kinulit ko siya ng kinulit and in the end nakarating din kami sa may lunch table kung saan nakaupo na si Lory, kumaway siya sakin, kumaway din ako sa kanya.

"Oo nga pala Lory, sasabay satin si Chad, okay lang ba? Walang problema diba?" umupo na ako sa may table at dahil dun lumabas mula sa likod ko si Chad na napatingin sa may ibang parte habang napakamot ng ulo, parang hindi niya alam ang gagawin niya. Si Lory naman bilang sagot sa tanong ko ay umiling lamang, nilingon ko si Chad at nginitian. "Ano pang tinatayo tayo mo dyan? Halika, upo ka na dito."

Tumingin muna si Chad kay Lory atsaka siya umupo pero pagkaupong pagkaupo niya biglang tumayo si Lory, nakatingin lang siya sa may table. "Umm, sorry. I just remembered that I have something important to do."

"Lory teka---" gusto ko sanang pigilan si Lory pero naglakad na siya palayo sa may table. Lumingon ako kay Chad. "Hindi mo ba siya pipigilan? Hala!"

Nagbuntong hininga lang siya at nagkibit balikat. "Sabi ko na sayo eh."

"Ha? Okay ka lang dun? Okay ka lang na bigla ka na lang iiwan dito at hindi man lang pinansin? Hindi mo ba siya hahabulin?"

"Syempre hindi, okay sakin yun at gusto ko siyang habulin pero ilang beses ko nang ginawa yun pero sa tingin ko imbis na mapigilan siya sa paglayo sakin mas lalo ko pa ata siyang iniinis sa presensiya ko."

"Pero..."

Pinatong niya ang kamay niya sa may balikat ko at nginitian ako ng pilit. "Okay lang yun peppy, susubukan ko na lang ulit bukas."

Kitang kita sa ngiti niya na hindi "okay" sa kanya yun at alam kong nahihirapan na siya sa sitwasyon, ikaw ba naman ang iwasan ng taong gusto mo okay pa ba yun?

"Hindi okay sakin ito!" tumayo ako sa kinauupuan ko. "Kakausapin ko lang si Lory."

Naglakad na ako palayo kay Chad para sundan si Lory, para kasi sakin hindi naman tama yung ginagawa ni Lory, kung ayaw niya kay Chad sana diba dinidiretso niya na lang, hindi yung iniiwasan niya lang ng ganto. Sa tingin ko kasi mas okay pang diretsuhin mo ang isang tao kahit alam mong masasaktan ito kesa naman hindi mo ito iimikan at hahayaang maghintay at mag-conclude ng kung anu ano, torture kumbaga.

"Saan na ba napunta si Lory?" nasa may corridor na ako at hinahanap kung saang direksyon nagpunta si Lory pero bigla bigla ay parang umikot ang paningin ko, dahan-dahang lumalabo ang paligid ko, napatigil ako sa paglalakad pero feeling ko parang lumulutang ako at gumagalaw ang mga bagay sa paligid ko, feeling ko umiikot ako hanggang sa parang nalalaglag ako sa sahig at nagdilim ang paningin ko.

"Hmmm.." medyo naalimpungatan na ako pero hindi ko pa magawang buksan ang mga mata ko, inaantok pa ako. Niyakap ko na lang yung unan sa tabi ko dahil gusto ko pang matulog, pinatong ko pa ang paa ko dito, sanay kasi akong may kayakap na unan kapag natutulog tapos niyayakap ko din ito ng paa ko. Pero teka, hindi ba masyadong strange na sobrang haba ata ng unan ko? Tsaka bakit parang ang tigas naman nitong unan ko? Mapisil nga. *Pisil, pisil.* Hindi naman sa matigas siya pero hindi rin sobrang lambot, malaman eh... Anong unan ba ito? Maamoy nga. *Sniff, sniff.* Mabango ha pero hindi amoy Downy. Ano kayang ginamit na panlaba dito? Hmm... *Sniff, sniff.* Ang bango talaga, ang sarap amuyin. Niyakap ko pa ito ng mahigpit at dahil sa sobrang antok, nakatulog ulit ako. *Zzzz. Zzz.* Maya-maya ng konti nagising ulit ako pero hindi ko muna minulat ang mga mata ko. Ninanamnam ko pa yung antok ko eh pero nung magdecide na akong buksan ang mga mata ko...

(O__-) <--- opens left eye

(-__O) <--- closes left eye and opens right eye

(O___O) <--- both eyes.

(-___-) <--- closes again.

(O_____O) <---- opens widely.

"Mukha ba akong unan?! Tss. Kadiri, tulo laway. Basa na yung uniform ko sayo."

"AHHHHHHHHHH!!!!!" Uwaaa. Bakit nasa clinic ako? Tsaka higit sa lahat, bakit katabi ko yang Cross na yan? Nakakahiya, tulo laway ako!

Pero kung kanina ko pa pala siya ginagawang unan, bakit hindi man lang niya sinabi o kaya gisingin man lang ako! Hinintay niya pa akong magising! Ano ba kasi ginagawa niya sa tabi ko?!

"AHHHHH! MMM---!!!" sumisigaw pa rin ako nang bigla niyang takpan ang bibig ko.

"Sssh! Ano ka ba! Will you stop screaming! Nakakabingi saka makakaistorbo ka ng ibang klase! Buti wala yung nurse, isipin nun baliw ka!"

Tinanggal ko yung pagkakatakip niya sa bibig ko. "Anong baliw ako? Baka ikaw! Anong ginagawa mo sa tabi ko!"

"Masama pakiramdam ko, bakit may problema ka?!" masungit na sabi nito.

"Oo! Kung masama pakiramdam mo edi dun ka sa kabilang kama! Bakit dito ka pa nakikishare sa kama ko!"

"Sa gusto ko eh! Bakit, iyo ba itong kama na 'to?! Ikaw ba bumili nito ha? Ha?!"

"Wala akong sinabing akin itong kama pero wag kang mahiga dito, kita mo nang may nakahiga na! Dun ka sa ibang higaan, andami-daming vacant!" nakakainis siya. Ano bang problema niya? Nahihilo na naman ako sa kanya, nawalan siguro ako ng malay kanina dahil sa ilang araw na akong kulang sa tulog. Pero sino kayang nagdala sakin dito sa clinic?

100

Ito kayang si Cross?

"Gusto ko dito eh!"

"Occupied na nga sabi!"

"Wala akong pakelam!"

"Tss! Bahala ka nga dyan! Makaalis na!" tumayo na ako sa higaan at aalis na ako, tutal nakapamahinga na ako atsaka feeling ko sasakit ulo ko dito kapag nagstay pa ako dito kasama si Cross.

"Oy saan ka pupunta?!" sigaw niya.

"Sa Africa, maghahanap ng mga tigreng lalapa sayo!" dire diretso na akong palabas ng pinto ng clinic nang... *Thud!*

"Ah!" biglang may naramdaman akong tumamang malambot na bagay sa ulo ko, paglingon ko nakita ko ang isang unan sa sahig. At dahil kami lang dalawa ang nasa clinic, 100% sure ako kung sinong balasubas itong naghagis sakin ng unan. Pinulot ko yung unan sa sahig at hinagis with full force pabalik sa kanya yung unan, making sure na sapul sa mukha niya yung unan. "Nakakainis ka ah! Eto sayo!"

"Who d'you think you are para hagisan ako ng unan?!" inis na sabi niya habang pumulot ng dalawang unan para ihagis sakin pero parehas kong nailagan at agad akong kumuha ng mga unan sa malapit na higaan sakin at ibinato ito sa kaniya. Batuhan kami ng batuhan ng mga unan, walang magpatalo ni magpaawat samin. Asar na asar na ako sa kanya at mukhang ganun din siya sakin.

"Asar ka!" inihagis niya sakin yung unan at umilag ako pero pakiramdam ko may ibang natamaan sa likod ko, sa may pinto ng clinic.

"THE TWO OF YOU, GET OUT OF HERE THIS INSTANCE!" paglingon ko, nakita ko yung nurse na namumula sa galit habang hawak-hawak yung isang unan na hinagis ni Cross.

Dear diary,

Hindi ko talaga ma-gets si Lory kung bakit ginaganun niya si Chad, kung ako lang ang nililigawan ni Chad sinagot ko na siya kaagad! Actually baka kahit hindi pa niya ako niligawan, pinakasalan ko na siya! I mean he's so perfect right? Pwera na lang sa pagiging mahilig niya sa pranks pero mabait naman siya, friendly, hindi mapangmata at higit sa lahat pogi na ang hot pa! Ano pa ba hinahanap ni Lory? Isang cookie monster na tulad ni Cross? Hindi ko siya talaga mage-gets kahit kelan! Speaking of that cookie monster, bakit ba ang weird ngayon ni Cross? Sunod nang sunod sakin, parang lintang nakakaasar! Pagkatapos kaming paalisin sa may clinic, sunod pa rin siya nang sunod sakin! Inaasar lang naman niya ako, ayaw niya akong tantanan! Para nga siyang papansin na ewan! Ano bang problema niya? After nung ma-ospital siya parang mas lalo siyang naging weird, hindi kaya may naiturok sa kanyang nakakataas ng abnormality level?

- Eya

Chapter 5

"Oy bilhin mo nga ito!"

"Yung scotch tape wag mong kakalimutan!"

"Oy teka lang, ito pa, dagdag mo ito sa listahan!"

"Wala na rin tayong red paint!"

Seesh! Andami naman nilang pinapabili, buti na lang nagbibigay sila ng pambayad. Four days na lang kasi at School Festival na kaya masyado ng busy para sa preparations. Each class kasi ay required na gumawa ng kani-kaniyang gimik para sa festival, yung may pinakamaraming kikitain sa school festival ay paparangalan. Yung mga kikitain pati namin sa festival na ito ay ido-donate sa charities. Sa class ko nakapagdecide na horror house ang gagawin namin sa classroom kaya naman sobrang matrabaho at maraming materials na kelangan at dahil sa madaming materials ang kelangan, nagmistulang errand girl nila ako. Utos dito, utos dyan, bilhin mo ito, bilhin mo yan, dalhin mo ito, dalhin mo yan. Tss! Palibhasa mga anak mayaman, ayaw nang napapagod.

"Ano ba 'tong mga bibilhin ko?" sinimulan kong basahin yung nakasulat sa mahabang listahan habang naglalakad ako. Waaaw. Ang dami-dami talaga, lagpas 50 items ata 'to. Grabe naman!

"White cartolina, 5 pa--- ay!" napaurong ako nang bigla akong may makabunggo, hindi kasi ako natingin sa dinadaanan ko.

"Sorry miss!" sabay pa kaming nagsorry.

"Waaa! Lory ikaw pala!" nabigla naman ako nang makita kong si Lory pala yung nakabunggo ko.

"Eya! Naku, sorry hindi kita napansin, I was reading this." Pinakita niya sakin ang isang listahan.

"Wow. Lalabas ka din para bumili ng materials?"

"Yup."

"Yey! Sabay na tayo! San ka ba bibili? Sa national?"

"Yeah, there. What can you say about hanging out for a wee bit after

104

buying the needed materials?"

"Pwede rin! Hehe!" hindi naman siguro rush 'tong mga materials kaya pwede muna akong tumambay-tambay kasama si Lory.

Sa may National Bookstore...

"Waa. Bakit ganyan kadami?" tanong sakin ni Lory nung makita niyang punong-puno yung shopping cart ko.

"Ewan ko ba sa mga classmates ko, gagawa ata ng isang planeta kaya ganto karami pinabibili."

"What's your class' program?"

"Ah, haunted house. Sa inyo?"

"Maid Café."

"Wow. You mean yung parang sa anime? Yung magbibihis kayo ng cute maid outfits?"

"Yup. That's it, kind of embarrassing though."

"Anong embarrassing ka dyan! I want to see you! Nakaka-excite, for sure bagay sayo yung cosplay outfit na yun at siguradong maraming magiging customer nyo!" nai-imagine ko pa lang si Lory in maid cosplay, nabibighani na ako. Sa puti at kinis ba naman niya, kahit ata plastic lang ng basurahan ang suot niya, ang ganda-ganda niya pa rin!

"Oh c'mon, don't flatter me that much. It embarrasses me more," nagbablush na sabi niya. Nag-ikot pa kami sa national at binili lahat ng mga nasa listahan at nung matapos na kami ay nagpunta na kami sa counter para magbayad ng mga pinamili namin. Pagkatapos namin mabayaran lahat ng yun, sinabi ni Lory na ihabilin daw muna namin yung mga gamit sa habilinan ng national dahil gusto daw munang maggala ni Lory before going back sa school.

"Know what my plan is for today?" nakangiting lumingon sakin habang hila-hila niya ako sa kamay.

"Ano?" pagtatanong ko habang sumusunod sa paghila niya.

"Today is my beauty treatment day, it should be after school but since I'm already out of the school and you're here with me, Im going to grab the chance to take you with me! It's beauty treatment day for the both of us!" What? Beauty treatment day? Paano kung wala kang "beauty", anong ite-treat sayo? Haha. Inapi ang sarili. Ang baliw eh.

"Good afternoon Maam Lory!" pumasok kami sa isang beauty center sa loob ng mall. Wow, pagkapasok pa lang ni Lory binati na agad siya nung isang babae(?) dun, mukhang suki dito si Lory ah. Hindi na ako magtataka, sa ganda ba naman ng balat ni Lory kitang-kita na alagang-alaga ito. Iba talaga kapag mayaman.

"Hi, I would like to take the usual, but for two."

"For two?" nagtakang tanong nung babae(question mark).

"Yeah. For me and for her," tinuro niya ako.

"Teka, for me?" tinuro ko rin yung sarili ko na nagtataka. "Teka, wala akong pambayad!"

"Don't worry Eya, my treat." Ok, wow.

"Ma'am, ambait nyo naman po talaga, you even give beauty treatments sa mga katulong nyo." ANO DAW SABI NITONG BAKLITANG 'TO?!

"Hey! She's not my maid! How dare you call my bestfriend like that!"

"Bestfriend mo po? Oh no. I'm really sorry ma'am hindi ko po sinasadya, as a compensation, I'll give our best offer to her for free!" natatarantang nagsorry ito at tinawag ang mga trabahador niya. "Guys, occupy these gorgeous ladies here!"

Nagwink sakin si Lory. "Are you ready for a beauty treatment?"

Here we go! Sumunod na lang ako kay Lory, halos isang oras din kami dun sa loob. Gusto nyo pa bang malaman ang pinaggagawa sakin dun sa loob? Waa! Wala, minurder lang nila yung balat ko... I mean, minassage nila at kung anu anong echos ang ginawa nila tapos tinanggal pa nila yung buhok ko sa kili kili, aray ko ang sakit nun ha! Tapos naging pink ang mga kuko ko sa kamay at paa! Pero sa totoo lang, ansarap ng feeling, alam nyo yung parang ang lambot at ang dulas ng balat nyo pagkatapos? Yun yung feeling ko sa tuwing hinahawakan ko yung kamay ko, parang niliha! Natanggal yung mga dead skin!

"The usual cut," sabi ni Lory pagkaupo niya sa may upuan sa salon, oo pumasok naman kami ngayon sa salon! Talagang beauty treatment day nga ito ni Lory! At sinasama niya ako, libre daw lahat! Uwaaa. Bakit ang swerte ko at bestfriend ko siya? Haha! Matagal-tagal na rin akong hindi nakakapunta sa parlor ah, huling punta ko dito nung grade 6 pa ata ako. Nung mga nakaraan kasi ako na lang naggugupit sa buhok ko kapag nahaba na kaya nga hindi pantay-pantay ang buhok ko! Ang mahal kasi magpagupit, nagtitipid ako sa pera.

"Sayo miss?" tanong naman sakin nung maggugupit sakin pagkatapos tuyuin yung buhok ko, shinampoo at nilagyan pa kasi ng kung anong etc. itong buhok ko kanina.

"Ah, pantayin nyo na lang po yung buhok ko. Hanggang dito," tinuro ko yung leeg ko, gusto ko kasi maikli para pangmatagalan na yung gupit para hindi humaba agad.

"Okay," gugupitin na sana yung buhok ko nang biglang pinigilan siya ni Lory.

"No wait, I don't want that haircut for her! I want you to add hair extension for her! Colour her hair ng light brown highlights! Put some bangs as well! Then," nilagay ni Lory yung kamay niya sa baba niya at pinagmamasdan niya akong mabuti. "After the extensions, it'll be cute if you curl it. Then hmmm... Yeah, fix her eyebrows as well. That's all."

Tapos nagbasa na ulit ng magazine si Lory habang sinimulan ng gupitan siya. Ako naman hindi na nakaimik sa gustong ayos ni Lory para sakin dahil siya naman magbabayad. Oh well, may tiwala naman ako sa taste ni Lory. And after 1234567890 hours, kamuntik na akong makatulog, ang tagal naman kasing inayos yung buhok ko.

"What can you say to my creation, Ms. Lory?"

"Marvelous! Eya, you're almost unrecognisable!"

True. Humaba yung buhok ko, naging kulot at may kulay brown na highlights. May bangs din ako, natakpan yung malapad kong noo. Numipis at naging maayos yung makapal at makalat kong eyebrows. I love my haircut! Natatakpan yung pimples ko sa noo dahil sa bangs. WOOHOO. Okay 'tong haircut na 'to!

"Look! You're so gorgeous!" humarap ako sa salamin ng banyo pagkasabi niya nun. Nandito kami sa may banyo ng mall, pabalik na sana dapat kami sa school, nagbanyo lang kami bago bumalik kaso habang naghuhugas ng kamay si Lory bigla niyang napansin na parang may kulang sakin and tadaa! Gusto niya daw akong make-upan! Nung una ayaw ko pero sa huli napilit niya din ako at nung makita ko itsura ko sa may salamin with my new look at naka make up... WOW MAKE-UP. WOW TAO. WOW... Mukha na akong tao!

"What can you say?" nakangiting inakbayan ako ni Lory.

"No comment." hindi ko pa rin makapaniwalang sabi habang tinitingnan ko ang reflection ko sa salamin. Smooth and clear skin, new hairstyle and color plus make-up that conceals the imperfections in my face. Teka lang, papabinyag lang ako... pinanganak na ata ang taong version ni Eya!

"See? Bagay sayo ang make up! That's right, I've heard there's gonna be a ball for the ending ceremony of the school's festival. Are you coming? Ako na lang magme-make up sayo!"

"Pff no," alam ko na yung tungkol dun sa ball, pwe. Hindi ako mahilig sa mga ganung parties na nakagown, sayawan and the such. Ang tanging party na pinuntahan ko lang ay yung birthday ni Lory at bad experience pa yun.

"No! You should come Eya! C'mon!"

"Hindi ako mahilig sa ganun saka wala akong isusuot dun nuh."

"If that's your problem, leave it to me. I'll take care of your gown and I'll do your make up! Trust me!"

"Huwag na Lory, hindi din naman ako pupunta."

"You will."

"No."

"Yes."

"No."

"Yes."

"No."

"Yes!"

"Fine." I sighed. Wala eh, mapilit.

"Yay!" niyakap niya ako, "Alam mo bang hindi mo dapat pinalalagpas ang legendary ball ng Willford Academy!"

"Legendary ball?"

"Hindi mo ba alam yung legend sa ball? Okay let me explain, the ball's always in a masquerade theme," na naman? Maskara na naman? "And they say that no one takes off the mask until midnight, they dance with lots of anonymous people and when the clock strikes at midnight, people will have to remove their masks and whoever your last partner is, he will become someone very special in your life. Legend says that lots of them end up as couples. Isn't that a sweet legend?"

"Yuck, ang korni. Sino naman ang nagkwento sayo niyan? Kwentong barbero naman eh."

"Hindi siya corny ha! Tunay siya, the legend happens every 4years! Parang leap year! At itong taon na ito ay pang-4th year kaya magaganap sa ball natin ang legend! I think it's somewhat fantastic if it'll happen to me or maybe to you as well."

"Nah, I don't believe in such."

"Ako naniniwala. I want it to be Cross," oh here she goes again. Baliw na baliw talaga siya kay Cross noh? Sa ganda niyang yan dapat hindi siya naghahabol sa lalaki eh. "Oh before I forget!"

"Ano yun?"

"I have a plan!"

"What plan?"

"Plan to get myself closer to Cross!"

"Haaaa?" feeling ko abnormal din 'tong si Lory.

"Here's the plan..."

"What!" binulong niya sakin ang plan niya pero tinulak ko siya ng mahina palayo sakin. "Baliw ka ba? Hindi ka naman ganun kadesperada para gawin yun Lory!"

"But..."

"Huwag mo akong i-but dyan, matagal ko ng gusto sabihin sayo ito. Ano bang nakita mo dyan kay Cross? Habol ka nang habol dun ni hindi ka man lang niya magawang lingunin, wala nga ata siyang pakelam sayo. Mukha ka ng tanga Lory! Bakit nagpapakadesperada ka dun sa Cross na yun kung andyan naman si Chad! Hindi mo ba magawang mapansin yung effort na nilalaan sayo ni Chad? Pansinin mo naman yung tao, mahal ka nun!"

Inalis ni Lory ang tingin niya sakin at nilagay niya na lang yung mga make up sa make up kit niya na nakapatong sa may lababo ng banyo. "I tried to give Chad a chance Eya, pinayagan ko nga siyang manligaw pero ewan ko... I just can't get myself to like him or to like anyone else besides Cross."

"Ano ba ang meron kay Cross? Bakit ba gustong gusto mo siya? Ang sungit-sungit naman niya, lagi pang nakasimangot, parang galit sa mundo."

"Hindi mo kasi mage-gets Eya, classmate ko si Cross simula pa nung kindergarten kami. Parehas kaming taga Willford eversince, oo tama ka, masungit nga siya palagi pero kahit ganun siya meron pa rin naman siyang magandang side," gusto ko sanang sabihin na "ows" pero pinigilan ko ang sarili ko, seryoso kasi yung usapan, baka isipin ni Lory hindi ako nagseseryoso.

"Isang beses ko lang nakita yung good side niyang yun pero hinding-hindi ko yun makakalimutan. You see I was always bullied nung elementary ako, I didn't know how to speak tagalog well that time, hirap ako sa tagalog kasi I grew up with my british relatives in the Philippines kaya we always speak English lang kahit pa nasa Pinas kami at dahil dun pinagkakatuwaan ako ng mga classmates ko dati porket hindi daw ako marunong magtagalog ay tanga na daw ako, I can't understand a thing daw kasi. I was isolated by the class, some mean little girls kept on picking on me. It was a horrible childhood for me, grade 4 ako nun and I was planning on telling everything to my parents dahil yung pambubully sakin ay matagal kong tinago sa kanila at gusto ko na rin sanang umalis ng Willford Academy pero that exact day, when I was ready to tell everything to my parents, ay saka naman ako pinagtanggol ni Cross from all those bullies. Lunch break yun at mag-isa akong kumakain sa classroom sa may upuan ko nang biglang tinapon ng mga kaklase kong babae, na lagi akong inaaway, yung lunch ko sa may sahig. Tinulak din nila ako sa may sahig at pinagtatawanan habang sinasabihan ako ng kung anu ano, iiyak na sana ako nun pero biglang sumulpot si Cross sa may likod nung mga babae na may dalang walis tambo at dustpan at inabot dun sa mga babae tapos sinabi niyang,

"Hoy sino kayo sa tingin niyo para magkalat sa classroom ha? Linisin niyo yang kalat niyo kung hindi isusumbong ko kayo sa teacher!" tapos lumuhod siya sakin at tinayo niya ako habang sinasabi niya saking,

"Get up, huwag kang haharang-harang sa daan ng mga janitress natin!" masungit niyang sinabi sakin yun pero kahit ganun yung tono ng boses niya ay natawa pa rin ako kasi tinawag niyang janitress yung mga nang-aaway saking kaklase namin. Tapos hinigit niya ako

114

papunta dun sa may table nung mga nang-aaway sakin, andun pa kasi yung mga pagkain nila na hindi pa nila nagagalaw kasi inuna muna nila akong awayin, pinaupo ako dun ni Cross at sinigaw dun sa mga babaeng nangaway sakin na noo'y nabigla pa rin sa tinuring ni Cross sa kanila. *"Oy, siya na kakain ng lunch niyo. Tinapon niyo pagkain niya eh, wala tuloy siyang makakain, huwag kayong aangal kasi kapag ito namatay sa gutom susumbong ko kayo kay teacher at makukulong kayo! Sige lagot kayo atsaka hoy ano pang tinatayo-tayo niyo dyan? Diba sabi ko linisin niyo yung kalat niyo? Bingi ba kayo?"*

"Pagkatapos ng ginawang yun ni Cross, isolated pa rin ako sa klase pero atleast hindi na ako inaaway pa nung mga kaklase ko. At pagtungtong ng highschool, gumanda na ang sitwasyon ko, nagkaroon na ako ng mga kaibigan dahil nagkaroon na ako ng lakas ng loob ipagtanggol ang sarili ko at nagkaroon na ako ng self confidence at lahat ng yun ay dahil kay Cross Sandford. Dahil yun sa simpleng ginawa niya nung araw na yun at simula nun sumunod na ako kay Cross, lahat ng club na sinasalihan niya kung maaari ay sinasalihan ko, lahat ng contests na sinasalihan niya pinapanuod ko, kaya nga dito rin ako naghighschool at nag-college ay dahil nandito si Cross. I practically fell inlove with him that day. He's not bad as what he seems to be. Mukha siyang masungit at mukhang ang sama ng ugali niya pero I believe na he has a kind heart, hindi lang halata kasi hindi niya pinapahalata. That's him, that's Cross. And that's why I like him this much kasi he showed me a little bit of kindness when no one did that time."

"Oh wow..." hindi ako makapaniwala sa kinuwento ni Lory. She was bullied pala at ang mas hindi pa nakakapaniwala dun ay yung ginawa ni Cross. Hindi man sinabi o pinakita talaga ni Cross na "pinagtanggol" niya si Lory dun sa mga nang-aaway sa kanya in a way ay parang ganun na din yung ginawa niya. It was like saving Lory from those little mean girls in Little Cookie Monster's way.

"I've been liking him for so many years already Eya, I've been following his shadow all this time, daig ko pa ang isang fan Eya at baka ito na yung huling year na masusundan ko siya kasi ga-graduate na tayo sa college at pagkatapos nun hindi ko na alam pa kung saan siya pupunta, kung saang landas ang tatahakin niya and I'm not even sure if I can take the same road that he's going to take after college kaya naman I want him to finally notice me, to reciprocate what I feel for him. I've always confessed my feelings to him, every year, every month but he had always ignored me but I never gave up kasi I'm always hoping na one day he'll love me too. And the plan I just told you is my last try and I'm absolutely hoping that it will have a positive result this time because if not I will be very disappointed."

"Pero Lory..." hindi ko tuloy alam ang sasabihin ko, ngayon gets ko na kung bakit baliw na baliw siya kay Cross kahit ganun ang ugali nung cookie monster na yun pero kahit na narinig ko na yung kwento niya ay hindi ko pa rin magawang mag-cheer para sa kanya, I mean yeah right naging mabait nun si Cross kay Lory isang beses pero that was so many years ago atsaka isang beses lang yun, baka hindi na nga naaalala yun ni Cross at higit sa lahat baka wala talagang pakelam sa kanya si Cross, she's just letting herself get hurt repeatedly by following him and desperately hoping for him to love or atleast like her back. Nababasura lang ang nararamdaman niya para kay Cross at dahil dun, nababasura niya lang din ang nararamdaman ni Chad para sa kanya. Sa mga nababasurang damdamin, andaming nasasayang.

"Don't worry Eya," humarap na ulit siya sakin after niyang sarahan yung make up kit at nilagay ito sa shoulder bag niya. "You don't have to participate sa plan ko. I can handle this, thank you for being with me today. Sige, I'll go back to school na kasi for sure they're already waiting for me with the materials. You better go back na din."

Ganun na nga ang nangyari, bumalik na kami sa national para kunin ang mga gamit namin at nagtaxi na pabalik ng Willford. Ang tahimik nga namin parehas sa may taxi, walang imikan, medyo awkward. Pagkabalik ko sa may classroom at bitbit ko na sa magkabilang kamay yung mga plastic bags na may mga laman na gamit na pinamili ko. Hindi ko inaasahan ang reaksyon ng mga kaklase ko.

"Eto na yung mga pinabili nyo..." nilapag ko sa sahig yung mga plastic bags.

"Ah thank you miss," sabi ng isa kong kaklase. "Teka asan na yung panget na Eya na yun? Bakit inutusan ka niya? Talagang yun! Tss! Walang pakinabang."

"Ha? Anong pinagsasabi nyo, sinong uutusan ko? Ako si Eya."

"Miss, kaanu-ano mo ba yun? Pag nakita mo nga pakibatukan, wala na ngang pakinabang dito tumatakas pa at inuutos pa sa iba ang mga gawain niya."

"Eh? Ako nga si Eya!" naiinis na ako sa kanila ah. Bakit ganito ba ang inaakto nila? May pahed ba sila? Naka-shabu ba itong mga ito? Ano ba mga pinagsasasabi nila?

"Miss, sige na. Wag mo ng ipagtanggol yung panget na yun, salamat na lang sa pagdadala nitong mga kelangang gamit."

"Pero..." hindi na nila ako pinansin at tinalikuran na. Napakamot na lang tuloy ako ng ulo.

"Ummm... Anong pwede kong gawin?" pagtatanong ko sa class organizer namin nung medyo nabored na ako kakapanuod sa kanila, wala kasi silang pinaggagawa sakin simula ng pagdating ko dito.

"Miss, salamat pero hindi ka taga-klase namin."

"Eh? Taga dito ako sa klase na ito."

"Never seen you before," walang lingon-lingong sabi nito sakin.

"Tss!" nainis ako kaya lumabas na lang ako ng classroom dala-dala ang bag ko. Makauwi na nga lang, hindi naman nila ako pinapansin o pinaggagawa ng kahit ano. Ang weird nila, ayy ewan!

"Miss, miss," napatigil ako sa paglalakad sa may corridor nang makita ko si Chad na naglalakad palapit sakin, medyo pawisan ito tapos tinuro niya yung kamay niya. "Anong oras na?"

"E-eh? Ano," nataranta kong tiningnan ang wristwatch ko, "4:54."

"Ah sige, thank you." Biglang nilagpasan niya lang ako. Nagtaka ako pero lumingon agad ako at tinawag siya. "Wait Chad!"

Tumigil siya sa paglalakad at lumingon sakin nang may pagtataka. "Kilala mo ako? Atsaka may kelangan ka Miss?"

"Oo kilala kita. Teka, hindi mo ako kilala?" Napakamot siya at kumunot ang noo niya. "Hindi. Sino ka ba?"

WEH. Sige, lahat sila hindi na ako kilala. Dahil ba ito sa beauty treatment o dahil ba sa bagong hairstyle ko o kaya naman sa make up ko? Dahil ba ito sa transformation ko today kaya walang makakilala sakin? Hindi naman ako pokemon para mag-evolve nang husto at hindi na nila makilala. OA ng mga tao ah!

"Hellowww. Ako 'to si Eya." Yung mata niya from this → ~_~ ay naging ganito → O___O

"Joke ka ba?"

"Hindi, tao ako."

"I mean, you got to be kidding me! Seriously speaking, ikaw yan Eya?" lumapit siya sakin tapos umikot-ikot sa akin tapos bumalik sa harap ko at hinawakan ako sa balikat with wide eyes.

"Oo nga. Ang kulit nyong mga tao, kanina pa kayong ayaw maniwalang ako si Eya. Nakakabadtrip na."

"Geez Eya, anong nangyari sayo? Sinong alien ang nag-abduct sayo?"

"Huh? Pinagsasasabi mo? Alien? Abduction?"

"Eh kasi Eya parang hindi ikaw! Paano humaba yang buhok mo at naging kulot pa? Tapos may brown highlights pa! The last time I saw you, hindi ganyan kahaba ang buhok mo at black pa ang kulay"

"Ah hehe!" napakamot ako ng ulo. "Kanina kasi kasama ko si Lory tapos ayun, dinala niya ako sa salon at ayan... new hairstyle, bagay ba?"

"Oo Peppy! Bagay na bagay! Para kang Pikachu na naging Raichu!"

"Haaa? Ano ako pokemon?"

"Haha! Pwede na rin, Peppymon! Hahaha!"

"Ang korni, tama na. Baka mamatay ka sa kakornihan, Chad."

"Ito naman, hindi majoke," pagtapik niya sa balikat ko habang natatawa pa rin. "Pero seryoso Peppy, bagay sayo. Halos hindi na nga kita nakilala eh!"

"Salamat!"

"Ay Peppy, gusto mo pala sumama?"

"Saan?"

"Sa akin sa habambuhay?"

"Ha?"

"Joke lang! Hahaha!" tawa siya nang tawa sa joke niyang hindi nakakatawa. Hawak-hawak niya na nga yung tyan niya, hindi naman siya masiyadong masaya nan?

"Hinga naman. Mamamatay ka na sa tawa."

"Hahaha, o sige seryoso na," pinunasan niya muna yung luha sa may mata niya dahil sa kakatawa, "Hindi sa puso ko destination natin kasi occupied na puso ko, ang bagal mong dumating eh! HAHAHA!"

Nung sinabi niya yun ewan ko ba pero parang nagskip ng isang beat ang puso ko. Occupied na puso niya? Oo syempre, andun na si Lory. Pero sinabi niya na ang bagal kong dumating? Kung sakaling binilisan ko at mas napaaga ako kesa kay Lory, may possibilities kaya? *shakes head* MALABO. Pinag-iisip ko, puro kalandian. Atsaka bakit ko ba sineseryoso ang mga sinasabi niya, jinojoke time niya lang naman ako. Tsk!

"Seryoso na talaga, haha," seryoso na daw talaga pero may pahabol pang tawa, ano ba talaga. "Sama ka sakin sa may hom.ed room? Nagpapractice kasi kami mag-bake ng mga cookies and cakes para sa incoming festival."

"Wow talaga? Ano bang plano nyo sa festival?"

"Ah simpleng sweets shop lang yung amin, hindi naman matrabaho. Pero assigned ako sa baking."

"Nagbe-bake ka?"

"Yup! Sama ka sakin para makita mo mga binebake ko! Dali!" hindi pa nga ako sumasang ayon sa pagsama sa kanya ay hinigit niya na ako sa kamay at tumakbo na kami papunta sa hom.ed room. Pagkarating namin sa may home.ed room ay binati agad siya ng tatlo niyang kaklaseng natira dun. Nag-usap-usap lang sila dun habang nagbe-bake, ako naman nanunuod lang sa kanila, hindi rin nagtagal nagsialisan na yung mga kaklase niya dahil uuwi na daw sila kaya sa huli, kami na lang ni Chad ang natira dun

"Okay, let's check kung tapos na 'to." Lumapit si Chad sa oven at tiningnan yung binebake niya. Ako naman, naggala-gala sa loob ng room, may mga cooking materials na nakakalat pa sa table tapos meron pa ngang flour na nagkalat sa table. Meron din dung recipe book kaya naman chineck ko ito pero habang nage-enjoy ako sa pagtingin-tingin dun sa book, hindi ko namalayan nasa tabi ko na pala si Chad at dala-dala niya na yung cake.

"Wow! Luto na?" sinara ko na yung book at hinarap yung cake. "Pwedeng tikman? Mukhang masarap."

"Hala sorry Peppy, gusto ko rin sana ipatikim sayo kaso naplano ko na kasing ibigay ito kay Lory mamaya."

"Ah," hindi ko malaman kung anong dapat kong sabihin kaya yun ang unang lumabas sa bibig ko. Paano ko ba sasabihin sa kanyang mukha na lang talaga siyang tanga kasi wala naman talagang nararamdaman sa kanya si Lory? Na kahit anong gawin niya hindi siya mapapansin nito? Ahh, hindi ko kayang sabihin sa kanya yun! Ayokong ako ang magdala ng bad news sa kanya, dapat kay Lory niya malaman at marinig yun! Dapat kasi diretsahin na siya ni Lory, hindi yung iniignore niya lang si Chad! Ayy ewan ko nakakaloka lang! Sa huli wala akong sinabi kay Chad at nagsmile na lang ako sa kanya, kahit ba pilit.

"Para pala kay Lory kaya pala heart shape, ayeee!"

"Yup! Siya kasi ang nasa isip ko nung ginagawa ko ito. Wait, gusto mo igawa din kita?"

"Naku huwag na. Salamat na lang."

"Wag ka ng mahiya, I'll make something for you ngayon."

"Ngayon? Wag na Chad, anong oras na!"

"Don't worry may alam akong pwedeng gawin in less than 15 minutes."

"Ano yun?"

"Mahilig ka ba sa marshmallows?"

"Yup. Why?"

"Okay, standby ka lang dyan. Marshmallow cupcakes coming right up!" masigla niyang sabi as he prepares something. "Buti na lang mayroon silang iniwan na cupcakes dito, pwede ko na 'tong gamitin. Peppy, nakakain ka na ba ng sheeps?"

"Ha? Hindi, bakit?"

"Papakainin kita ngayon ng sheeps na gawa sa marshmallows!"

"Nyaaa! O sige, papanuorin muna kita."

"O sige sige, ito na sisimulan ko na ah?" nagsimula na nga siyang maggawa ng sinasabi niyang cupcake na sheep. Kumuha siya ng marshmallows at sinimulang ilagay on top of the cupcake na luto na kanina pa habang inaayos niya ito in a shape of a sheep tapos may mga kung anu ano pa siyang nilalagay. Nakakatuwa nga eh, seryosong seryoso siya dun sa pagaayos ng cupcake, kina-career.

"O ayan, tapos na ang first cupcake!" pinakita niya sakin yung una niyang natapos.

124

"Uwaaa!" Amazed na amazed ako nang iabot niya ito sakin. "Sheep nga! Ang kuyuuut naman nito!" tapos sinubukan kong kumagat. "Uwaaaa! Ang sarap din! Gurabeee! Ang galing mo Chad!"

Napangiti siya tapos nagsimula ulit ng bago. "Gagawin ko sa lahat ng natirang cupcakes dito, lima na lang naman sila at para na rin meron akong pabaon sayo pag-uwi. Token of gratitude man lang sa pagsama mo sakin dito at sa pagiging bestfriend ko."

Hindi na ako nakaangal sa kanya. Pinanuod ko lang siyang gawin yung mga cupcakes at nang matapos na yun, nilagay niya sa isang box at inabot sakin. Hindi rin naman nagtagal ay umuwi na kami. Nagdiretso na ako sa part time ko sa resto at pagkatapos nun ay dumiretso na agad ako sa bahay ng mga Sandford. Dala-dala ko pa rin yung box ng marshmallow cupcakes dahil wala akong tiwala sa ref nina Auntie, baka kasi mamaya kainin nila 'to. Kilala ko na yung mga yun, mga glutton yung mga yun eh. Tinanong ko naman dun sa isang maid sa bahay ng mga Sandford kung pepwedeng iwan muna sa ref ng bahay yung cupcakes ko, sabi naman nito ay "go ahead" lang daw. Sabagay sino ba naman ang makekelam ng cupcakes ko dito diba? Sa dami-dami na ng pagkain nila dito, care pa ba nila sa cupcake diba?

Pero ang nakakainis lang, kamuntik na akong hindi papasukin sa bahay ng mga Sandford kasi hindi ako nakilala ng mga katrabaho ko dun. Tss. Nakakainis na rin 'tong make over na ginawa sakin ni Lory ah, mukha ko pa rin naman 'to ah? Nabago lang yung buhok tapos nakamake up lang pero lahat sila hindi na ako makilala. Weird ha!

125

Pagkarating ko ay pinatawag agad ako ni Cross sa kwarto niya at inutusang linisin ang kwarto niya. Ang kalat ng kwarto, puro cartolina, crumpled papers, at kung anu-anong etcs ang nasa sahig ng kwarto niya. Nagsimula na akong pulutin lahat ng papel na nakakalat dun. Siya naman busyng busy sa table niya, ni hindi nga ako nililingon eh. Nilapitan ko nga sa studytable niya at tiningnan kung anong ginagawa. "Ano yan?"

Nakita kong parang may dinodrawing siya pero pagkatanong na pagkatanong ko, tinago niya agad ito ng kamay niya, shy masyado?

"Pwede ba, mind your own business... wait, panget ikaw ba yan?"

"Wow, nakilala mo ako?" siya lang sa araw na 'to ang hindi nagtanong sakin kung 'sino ako'. Siya lang ang nakakilala sakin sa lahat ng taong kakilala ko na nakasalubong ko pagkatapos ng make-over na 'to.

"Bakit naman hindi kita makikilala? Naglagay ka lang naman ng wig at painting sa mukha mo."

"Ay bobo. Hindi 'to wig, hindi rin painting tawag dito sa nakalagay sa mukha ko!"

"Whatever. Panget ka pa din. Walang pinagbago."

"So? Walang nagtatanong ng opinion mo." Nakakapika eh, kung wala lang din siyang sasabihing maganda pwede namang huwag na lang siyang umimik diba?

"I live in a democratic country, I can say whatever I feel like saying. And yeah, hindi talaga bagay sayo. Panget at panget ka pa rin, feel mo siguro napakaganda mo na nuh? Asa dude, ASA."

Kinuha ko yung isang magazine malapit sa table at finold ko ito paikot at sinimulan ko siyang pukpukin sa ulo, sa balikat at sa kung saan saang part. "Napaka mo ah! Nakaka-offend ka na ha! Wala na bang lalabas dyan sa bibig mo kundi mga mapanlait na salita?!"

"Hey---ouch! Hey, stop it!"

"Stop mo mukha mo! Yang bibig mo dapat inii-stop, you're way over the limit! Nakakasakit ka na ng damdamin ng tao! Hindi ka na nakakatuwa, masyado kang matapobre kang autistic na halimaw ka!" Pinapalo at pinapalo ko pa rin siya ng magazine na hawak ko.

"Ouch! Cut -ouch- it out! Hey--!" *BOOGSH!* Dahil sa urong siya nang urong kahit nakaupo siya sa upuan nagkaroon ng tendency na mahulog siya sa upuan niya at nagdive sa may sahig.

"Hala, okay ka lang?!" nataranta naman ako sa pagkahulog niya. Masakit rin siguro yun, kasi pabaliktad ang pagkakataob niya sa upuan.

"Argh! Are you out of your mind? Are you trying to kill me? Ipapakulong kita eh!" naasar nitong sabi habang tumatayo sa pagkakahulog niya.

"Ikaw kasi eh, pwedeng hindi ka na lang magcomment diba! Lagi na lang kasing panlalait nalabas dyan sa bibig mo, nakakaasar na! Alam ko panget ako pero hindi naman kelangang ipamukha yun diba? Palibhasa kasi hindi mo problema mukha mo kaya ganyan ka! Sana maging palaka ka! Yung palakang may sampung tentacles sampung buntot tapos punong puno ng tigyawat at kulugo sa mukha at katawan! Tapos yung mag-amoy imburnal ka rin sana! Sana maging panget na panget na palaka ka! Napakamapanlait mo! Ansama-sama ng ugali mo!"

Oo, inis na inis ako sa kanya. Syempre hindi ko matatanggi sa sarili ko na kahit papaano nagandahan ako sa make over ko, isang beses lang 'to nangyari sa buhay ko. Kahit sino naman sigurong babae pag naayusan siya matutuwa siya sa itsura niya diba? Ganun pakiramdam ko at sabihin pang tuwang-tuwa ako sa new hairstyle ko at ngayon lang ako namake-up-an ng matino sa buong buhay ko. Sinabi pa nga ni Chad na bagay sakin tapos 'tong abnoy na halimaw na 'to, lalait laitin lang ako? OA na kung OA pero asar na asar talaga ako sa kanya. Tanggap ko sa sarili kong panget ako pero syempre, nasasaktan din naman ako kapag tinatawag akong ganun lalo na pag sobra na at masyado ng offensive ang mga sinasabi.

"Magpapa-party ako kapag naging palaka ka na!" tinalikuran ko na siya at lalabas na sana ako kaso napatigil ako nang may marinig akong sinabi siya. Medyo mahina ito pero kahit papaano narinig ko.

"Oo na nga, maganda ka na. Bagay sayo."

Nakatigil lang ako dun sa harap ng pintuan at nabingi ako bigla sa ingay ng tibok ng puso ko.

128